சுருட்டு மனிதன்
வின்ஸ்டன் சர்ச்சில்

கோ. எழில்முத்து

சத்யா

Title:

Suruttu manithan
Winston Churchill

Ko. Ezhilmuthu

ISBN: 978-93-92474-48-4

Title Code : Sathyaa - 031

நூல் தலைப்பு
சுருட்டு மனிதன்
வின்ஸ்டன் சர்ச்சில்

நூல் ஆசிரியர்
கோ. எழில்முத்து

முதற்பதிப்பு
பிப்ரவரி 2023

விலை : ₹ 200

பக்கம் : 160

Printed in India

Published by

Sathyaa Enterprises
No.137, First Floor,
Choolaimedu,
Chennai - 600 094.
044 - 4507 4203

Email
sathyaabooks@gmail.com

முன்னோட்டம் ....

வின்சென்ட் சர்ச்சில் என்றால் எல்லாருக்கும் நினைவில் வருவது வெற்றியின் சின்னமான 'V' யைக் குறிக்கும் வகையில் கை விரல்களை அடையாளம் காட்டியதும் வாயில் சுருட்டுடன் அந்த உருண்டையான முகமே நம்முன் தோன்றும்.

பிரிட்டிஷ் வெள்ளை ஏகாதிபத்தியத்தின் அரசியல் வானில் முரண் மூட்டை களின் மொத்தத் தொகுப்பு என்றும் சொல்லலாம்.

ஆயினும் சிறந்த பேச்சாளராய், எழுத்தாளராய், இலக்கியவாதியாய், அரசியல் வித்தகராய், ஒரு தேசத்தின் பிரதமராய் வலம் வந்ததோடு மக்களின் தலைவராய் வலம் வந்தவர். நோபல் பரிசு பெற்ற முதல் உலகத் தலைவர் – என பன்முக தோற்றம் கொண்ட ஒரு பெருந்தகை என்றால் மிகையல்ல.

பிரிட்டிஷ் அரசியலில் இவர் கால் பதிக்காத கட்சி இல்லை. கன்சர்வேட்டில், லிப்ரல், தொழிலாளர் கட்சி என மூன்றிலும் பயணித்து அந்த மூன்று கட்சி களின் ஆதரவுடன் இங்கிலாந்தின் பிரதமராக தேர்ந்தெடுக்கப்பட்டது அரசியல் வானில் ஒரு மைல் கல் என்றே சொல்லத்தகும்.

அரசியலின் முரண்களின் மூட்டையாக வலம் வந்தாலும் வேற்றுமையில் ஒற்றுமை கண்டு ஆயிரம் விமர்சனத்துக்கு இடையே இணக்கத்தைக் கையாண்டு மக்கள் மத்தியில் ஒரு சுயம்புவாய் மிளிர்ந்தார்.

நமது தேசத் தந்தை மகாத்மா காந்தியை 'அரை நிர்வாண பக்கிரி' என்று அழைத்தாலும் காலத்தின் கோலத்தால் அவருடன் அமர்ந்து அரசியல் தீர்வுக்கு வழி அமைக்க ஆட்பட்டார்.

பிரிட்டிஷ் ஆளுகைக்கு உட்பட்டிருந்த தேசங்களுக்கு சுதந்திரம் வழங்க மறுத்து, தன்னாட்சியின் கீழ் நிலைத்திருக்க பல்வேறு காரணிகளைச் சொல்லி பிரிட்டிஷ் அகண்ட பூமியை நிலைநிறுத்துவதில் முன் நின்றவர் இவர் ஒருவரே.

அதற்கு ஒவ்வொரு தேசத்தின் சுதந்திரத்தால் எப்படி உருமாறிவிடும் என்று கிண்டலடித்து அரசியல் விமர்சனம் செய்தவரும் இவரே.

குறிப்பாக இந்தியாவுக்கு சுதந்திரம் தந்தால் அவர்கள் காட்டுமிராண்டி களாக ஆகி விடுவார்கள் என்றார். அதற்கு அவர் சொல்லிய காரணங்கள், "இந்தியாவின் மக்கள் மதம் - கடவுள் - சாதி - பேய் - பிசாசு என மூட நம்பிக்கைகளில் இந்தக் கட்டுமானங்களில் பிடிவாதம் கொண்டவர்கள். இதன் பேரில் தங்கள் மக்களை ஒருவருக்கொருவர் கொன்றொழித்துக் கொள் வார்கள்" என இந்தியாவுக்கு சுதந்திரம் தர மறுத்தக் காரணம் கூறினார்.

ஆயினும் அவரது வாக்கு மெய்யானதாகவே ஆனது; இன்னும் அவ்வண்ணமே ஆகிக் கொண்டிருக்கிறது.

உதாரணமாக, சுதந்திரம் வழங்கி ஓராண்டில் சுதந்திரத்துக்காக தன் உடல், பொருள், ஆவியைத் தந்த தேசத் தந்தை மகாத்மா காந்தியை நாம் கொன் றோம். அதுவும் மதத்தின் பேரால்தான். பிரிட்டிஷ் அரசு அவரைக் காப்பாற்றி நம்மிடம் ஒப்படைத்தனர்; நாம் அவரை கொன்றோம் என்பதே உண்மை.

இன்றைக்கும் நம் தேசத்தில் மதத்தின் பேரால் – சாதியின் பெயரால் – கடவுளார் பெயரால் கொன்றொழித்தே வருகிறோம். ஒரு பக்கம் நவீன அறிவியல் தொழில்நுட்ப அறிவியல் – பொருளாதார வளர்ச்சிக் கண்டாலும் இன்னொரு புறம் கடவுளர் – மதம் – சாதியின் பேரால் வன்மங்கள் தொடர் வதும், இதனை வைத்தே அரசியல் பேர்வழிகள் மக்களை வழிநடத்துவதும் அத்தகைய மூடநம்பிக்கைக்கு ஆட்பட்டு மக்கள் அதனுள் கலந்திருப்பதும் இந்தியாவின் தலையெழுத்து போலும்.

ஆயினும் தொடர்ந்து, இந்தியாவின் சுதந்திரத்துக்கு எதிராக முதல் குரல் கொடுத்த இவர் பின்னாளில் அதற்கு எதிர் வினையாக செயலாற்ற வேண்டிய நிலைக்கு தள்ளப்பட்டு உணர்ந்து செயல்பட வேண்டியதாயிற்று.

அதேபோல் பொதுவுடைமை சித்தாந்தத்தின் முதல் எதிரியாக கருதப்பட்ட இவர், பிரிட்டனின் தொழிலாளர் கட்சியில் இணைந்து தொழிலாளர் வளர்ச்சிக்கு வித்திட்டும், இரண்டாம் உலகப் போரில் ருஷ்ய ஆதரவு இல்லாமல் இட்லரை வென்றெடுக்க எண்ணிய இவர் பின்னால் சோவியத் தலைவர் ஸ்டாலின் பொதுவுடைமைக் கட்சியுடன் கை கோர்த்து இட்லரை அழித்தொழித்தார்.

இப்படி முரண்களிடையே சூரியனே மறையாத நாட்டின் தேச நலனுக்கும், உலக நலனுக்கும் அரசியல் நடை பயின்ற இவரின் வாழ்விணைப் பதிவு செய்ய வாய்ப்பளித்த பதிப்பாளர் மணிவண்ணன் அவர்களுக்கு நன்றி!

தொடர்பு எண் : 99403 06746 அன்புடன்
Email Id : ezhilmuthu57@gmail.com கோ. எழில்முத்து

உள்ளே...

1.	குழந்தைப் பருவம்	7
2.	பள்ளிப் பருவம்	11
3.	அரசியல் பிரவேசம்	17
4.	இளம் வீரரின் சாகசம்	24
5.	தந்தையின் அரசியல்	29
6.	தோல்வியும் வெற்றியும்	35
7.	முதல் உலக யுத்தம்	43
8.	புயலுக்குப் பின் அமைதி	52
9.	ஓவியராகப் பயணம்	56
10.	கட்சிகளுள் முரண்பாடுகள்	64
11.	இரண்டாம் உலக யுத்தம்	72
12.	போர் முழக்கமும் உடன்பாடும்	78
13.	தலைவா வா! தலைமையேற்க வா!	91
14.	நேச நாடுகள் – அச்சு நாடுகள்	99
15.	வெற்றியை நோக்கி...	108
16.	வெற்றிக்குப் பின்னே...	119
17.	தேசத்தைக் காத்தல் செய்	128
18.	ஒரு சகாப்தம் முடிவுற்றது	134
19.	அரசியல் வரலாற்றாசிரியன்	140
20.	சர்ச்சில் வாழ்வியல் பயணம்	154

1

குழந்தைப் பருவம்

"மனவலிமையிலும், உயிரோட்டத்திலும் சர்ச்சில் இந்த நாட்டின் தலைசிறந்த மக்களின் ஒருவர்."

– போனார்லா

19-ஆம் நூற்றாண்டு, உலகில் அரும் பெரும் கொடைகளாக படைப்பாளிகளை, அரசியல் வித்தர்களை, நவீன அறிவியல் விஞ்ஞானிகளை கலைஞர்களை, ஞானிகளை உருவாக்கி நவீன அறிவியல் கலை தொழில்நுட்ப வளர்ச்சிக்கு இன்றைக்கும் விரல் நுனியில் உலகைக் கண்டறிய வித்திட்டது எனலாம்.

இதில் குறிப்பிடத்தக்க படைப்பாளி, ஓவியர், அரசியல் வித்தகர், கலைஞர் என பன்முக சாதனைக் கொண்ட உலக

அரசியலில் நோபல் பரிசு பெற்ற முதலாமவர் 'வின்ஸ்டன் சர்ச்சிலு'க்கு வரலாற்றில் சிறப்பான இடம் உண்டு.

இரண்டாம் உலக யுத்தத்தால் நாகரிகத்தின் கொலைக்களத்தின் உச்சம் என பெயர் கொண்ட இட்லரை வீழ்த்த பெரும் காரணகர்த்தா வாக விளங்கியவர்.

சர் வின்ஸ்டன் லியோனார்ட் ஸ்பென்சர் சர்ச்சில் (Sir Winston Lenonard Spencer - charchill) என்ற நீண்ட வார்த்தையின் முழு பெயரினை கொண்டவர்.

இவர் பெற்ற சிறப்புப் பட்டங்கள் :

- ஆங்கில அரசின் உயர்தனிச் சிறப்புச் சின்னம் (Order of Garter OG)
- காமன் வெல்த் சிறப்புத் தகை பட்டயமான காமன் வெல்த் - மக்கள் அதிகாரம் செலுத்தும் அரசபையின் ஆர்டர் ஆப் மெரிட்
- பிரிட்டானிய காமன்வெல்த் தனித்துவப் பட்டயம் (Order of Companions Honour)
- இலண்டன் அரசுக்கு கொடுக்கும் சமூகப் பட்டயம் (Royal society for the Improvement of Nathral knowledge FRs).
- கனடா அரசின் ஆலோசகர் (Guneen's privacy Council for Canada – PC (Can)

ஆகிய பட்டங்களை தாங்கி நின்றதோடு சிறந்த படைப்பாளியாக வும், ஓவியராகவும், பேச்சாளராகவும் விளங்கி 90வது வரை நிறை வாழ்வு வாழ்ந்த அரசியல் பெருந்தகை எனலாம்.

வின்ஸ்டன் சர்ச்சில் 'ஸ்பென்சர் குடும்பம்' எனும் மேற்கு பாரம்பரிய குடும்பத்தில் 'மார்ல்ப்ரோ டியுக்சு' என்ற குடும்பத்தின் வழியே நவம்பர் 30-ல் 1874-ஆம் ஆண்டு பிறந்தார்.

அவரது தந்தையான வின்ஸ்டன் லியோனார்டு மரபுப் பெயரான சர்ச்சில் என்ற பெயரை பொதுவாக மக்களுக்கு அடையாளம் காட்டும் வண்ணம் தம்மை நிலைநிறுத்திக் கொண்டார்.

சர்ச்சிலின் தந்தையார் 'லார்டு ராண்டாலப் சர்ச்சில்' மார்ல்ப் போரவினுடைய 7வது நிலப்பிரபுவான ஜான் இன்பென்சர் சர்ச்சிலின் மூன்றாவது மகன் ஆவர். இவரும் ஒரு அரசியல்வாதியே.

சர்ச்சிலின் தாய் லேடி இயற்பெயர் ஜென்னி ஜெரோம் அமெரிக்கா வின் பெருஞ்செல்வந்தரான லியோனார்டு ஜெரோட் என்பவரின் மகள் ஆவார்.

1874-ஆம் ஆண்டு நவம்பர் 30-ஆம் தேதி ஆக்ஸ்போர்ட்சைர் உட்ஸ்டாக் எனுமிடத்தில் உள்ள பிளென்கிம் அரண்மனையில் உள்ள அறையொன்றில் இரண்டு மாதம் முன்னதாக குறை பிரசவத்தில் பிறந்தவர்தான் சர்ச்சில்.

இரண்டு மாதங்கள் செவிலியர்களின், அவரது பாட்டி எலிசபெத் எவரெஸ்ட் பராமரிப்பில் வளர்த்தெடுக்கப்பட்டார்.

தனது ஆறாம் வயதிலிருந்து சர்ச்சில் தனது தாத்தா அரசின் சார்பில் மாநிலத்தை ஆண்ட ஆளுநராக நியமிக்கப்பட்ட 'டல்பின்' நகரில் வாழ்ந்தார்.

இந்த நேரத்தில் சர்ச்சிலின் சகோதரர், ஜான் இன்ஸ்ட்ரேஞ் இஸ்பென்ஸர் சர்ச்சில் அயர்லாந்தில் பிறந்தார்.

சர்ச்சிலின் ஆரம்பக் காலக் கல்வி டப்ளினில் நகரில் தொடங்கியது. அங்கு வீட்டு ஆசிரியை ஒருவர் அமர்த்தப்பட்டு அடிப்படைக் கல்வியைப் பயின்றார்.

அந்தச் சமயத்தில் "கண்ணீரின்றி வாசிப்பது" (Reading of with onters) என்ற நூலினை முதன்முதலாக வாசித்தார். அவரது பெற்றோருடன் அதிக தொடர்பில்லாத சர்ச்சில், தனது பழைய உறவினரான பேரிளம் பெண்ணான திருமதி எலிசபெத் ஆன் எவரெஸ்ட்டுடன் மிக நெருக்க மான உறவு கொண்டிருந்தார்.

அவரை சர்ச்சில் கிழவி (Old women) என்றே அழைத்தார். 'உமேனி' என்றும் அழைப்பார். அவர் அவரது செவிலியராக, தாயாக அவரை வளர்த்தார். 'போனக்ஸ்' பூங்காவில் அவர்கள் இருவரும் பல மணிநேரம் மகிழ்ச்சியோடு விளையாடி களித்தனர்.

இந்த உமேனிதான் அவர் வளரும் பருவத்திலேயே அவருக்கு நூல்களை வாசித்தல், ஓவியம் வரைதல், விளையாட்டில் ஈடுபாடு என குறை பிரசவத்தில் பிறந்தவரை நிறைவுடைய மனிதனாக வளர்த்து உருவாக்கினார் என்றே சொல்ல வேண்டும்.

இயல்பாகவே கட்டற்ற சுதந்திர வாழ்க்கையும், யாருக்கும் அடங்காத புரட்சி செய்யும் குணமும் கொண்ட சர்ச்சில் பொதுவாக ஆரம்பக் கல்விக் காலக் கட்டத்தில் மிகவும் மோசமானவர் என்றே அடையாளப்படுத்தப்பட்டார். அதனால் ஒரே பள்ளியில் படிக்கும் வாய்ப்பு இல்லாமல் வெளியேற்றப்பட்டு வெவ்வேறு பள்ளிகளான செண்ட் ஜார்ஜ் ஸ்கூல், அஸ்காட், பெர்க்சைர், பிரைட்டனுக்கு அருகில் உள்ள ப்ரான்ஸ்விக் ஸ்கூல், ஓவ் என்ற பள்ளியான இஸ்டோக் ப்ரான்ஸ்விக் ஸ்கூல் என பெயர் மாற்றப்பட்டு மேற்கு சசெக்ஸில் ஆசர்ஸ்ட் உட் என இடத்தில் மாற்றம் செய்யப்பட்டு இவரும் அப்பள்ளிக்கு கொண்டு செல்லப்பட்டார்.

இப்படி பள்ளிப் பருவமே பல்வேறு இடையூறுகளிடையே பயணித்தது.

ஆரம்பக் கல்வியிலிருந்து 1888-ல் பதினான்காவது வயதில் ஏப்ரல் 17ல் ஆரோவ் பள்ளியில் சேர்க்கப்பட்டார். அங்கு சில வாரங்களிலேயே ‘ஆரோ துப்பாக்கிப் படைபிரிவில்’ தன்னை இணைத்துக் கொண்டார். மேலும் அவர் அங்கு இராணுவப் பயிற்சிகளையும், அதன் நுட்பங்களை யும் படிக்கத் தொடங்கினார். இதுவே அவரது அரசியல் வழிப்போக்குக்கு வழிவகுத்தது எனலாம்.

பள்ளிப்பருவம்

சர்ச்சிலின் வம்ச வழியினர் பயின்றது எல்லாமே 'ஈட்டன்' என்ற நகரில்தான். அந்தப் பருவநிலை சர்ச்சிலுக்கு ஏற்காததால் உடல் உபாதைக்குள்ளாகி ஆரோவில் சேர்க்கப்பட்டார். அவர் உடல் நிலையை பரிசோதித்த அப்பள்ளியின் மருத்துவக் குழு, தகுதியானவர் அல்ல என்ற சான்றிதழ் தந்தும், அப்பள்ளியின் தலைமையாசிரியர் டாக்டர் வெல்டன் அவரைச் சேர்த்துக் கொண்டார்.

இது குறித்து சர்ச்சில் தனது சுயசரிதையில் குறிப்பிடும்போது, "நான் ஆரோவில் படிக்கத் தகுதியுள்ளவன் என்பதை முடிவு செய்த டாக்டர் வெல்டன் பாராட்டுக்குரியவர்; அவர் ஒரு மாணவரின் சாதனைகளை மேலெழுத்து வாரியாக நோக்காமல் அவற்றுக்கு அப்பால் நல்லதைக் காணும்

திறன் படைத்தவர்; அவர் எனது மதிப்புக்கும் என்றும் உரியவர்" என்று குறிப்பிடுகிறார்.

ஆயினும் ஆரோவில் பள்ளியில் அவரது படிப்பு ஒவ்வொரு தேர்தலிலும் தோல்வியுற்று நீண்ட காலம் படிக்க வேண்டிய சூழலுக்குத் தள்ளப்பட்டார். வாழ்க்கையில் நடைமுறைக்கான கல்வி போதிக்கப்படாமல் பழம்பெருமை பேசும் கல்வியாகவே அதனை உணர்ந்தார். ஒரு வகுப்பில் நீண்ட நாள் படித்ததும் அவருக்கு ஓரளவு பயன் கிட்டியது.

ஆங்கில ஆசிரியர் சாமர்வெல் (Sammervel) மூலம் ஆங்கில மொழி இலக்கண நுட்பங்களையும், ராணுவ வகுப்பில் எல்.எம். மோரியார்டி (Moriyarty) வழியே ஆங்கிலப் பாடத்தில் தேர்ச்சி பெற்றார்.

அதேபோல் கணிதத்தில் சி.எச்.பி. மேயோ (moyo) சர்ச்சிலின் கூர்மதியைக் கண்டு அதனை கூர்மைப்படுத்தி அவர்களின் தூண்டுதலினால் விரைவிலேயே சாண்டர்ஸ்ட் படைக் கல்லூரியில் நுழைவு தேர்வுக்கு தகுதியானவராக ஆக்கி தயார்ப்படுத்தினர்.

சர்ச்சில் நினைவாற்றலில் தேர்ந்தவராக ஆக, அவரது நீண்ட கல்லூரி பயிற்சி உதவியாக இருந்தது.

பிரபல கல்வியாளர் மெக்காலேவின் 'லேய்ஸ் ஆஃப் ஏன்சியண்ட் ரோம்' என்ற 1200 வரிகளைக் கொண்ட கவிதையினை அடிபிறழாமல் ஒப்புவித்து பரிசினைத் தட்டிச் சென்றார்.

கால்பந்து, கிரிக்கெட் போன்ற பந்து விளையாட்டுகளில் ஆர்வம் கொள்ளாமல் நீச்சல், மற்போர், துப்பாக்கிப் படை அணியில் சேர்ந்து துப்பாக்கி சுடுதல் போன்றவற்றால் முதலிடத்தில் தன்னை தக்க வைத்துக் கொண்டார்.

அதே சமயம் ஆரோவில் படிக்கும் காலத்திலேயே விளையாட்டு மட்டுமல்லாது, பள்ளி வெளி கொணர்ந்த ஆரோவின் (Harrovian) இதழில் புனைப் பெயரில் சர்ச்சைக்குரிய கருத்துகளை எழுதி பள்ளி ஆசிரியர்களின் கடும் விமர்சனத்துக்குள்ளானார்.

பள்ளியின் விதிகளை மீறுவதே சர்ச்சிலின் சாகசமாய் இருந்தது.

ஒருமுறை தனது வளர்ப்புத் தாயான, ஆயாவான எவரெஸ்ட்டை பள்ளிக்கு அழைத்து வந்து பள்ளி முழுவதையும் அவருடன் கைகோர்த்த

படி காண்பித்து மாணவர்களுக்கு அறிமுகப்படுத்தியும் உலா வந்தார்.

ஒரு தாதியை இப்படி அழைத்து வந்து அறிமுகப்படுத்துவது தரக் குறைவானதாக கருதப்பட்ட சமூகத்தில் சர்ச்சிலின் துணிச்சலையும் தாதி மீது அவர் கொண்டிருந்த அன்பையும் காட்டுவதாக இது அமைந்தது.

1892-களில் அவர் அந்தப் பள்ளியை விட்டு விலகினாலும் பின்னாளில் அப்பள்ளிக்கு வருகை தந்து உரையாற்றுவார். பழைய அனுபவங்களை மாணவர்களுடன் பகிர்ந்து கொள்வார்.

இந்த ஆரோவில் பள்ளியிலேயே பின்னாளில் தமது தேசத்தின் முதல் பிரதமராய் விளங்கிய நேருவும் பயின்றார் என்பது குறிப்பிடத்தக்கது.

ஒருமுறை உலகப் பெருமக்களான நேருவுக்கும் வின்சன்ட் சர்ச்சிலுக்கும் இப்பள்ளியில் பிரம்மாண்ட வரவேற்பு நடைபெற்றது. அப்போது உரையாற்றிய சர்ச்சில், நேருவை சுட்டிக்காட்டி, "இதோ அமர்ந்திருக்கும் இந்த பெரிய மனிதர் பகைமையையும் பயத்தையும் அறியாதவர்" என்ற பாராட்டியதோடு, 'நான் அரசின் பொதுப் பள்ளி களை விரும்புகிறேன்; ஆனால் மீண்டும் அங்கு பயில்வதை விரும்ப வில்லை' என்றார்.

ஆயினும் அங்கு பயின்றபோது ஆரோவின் பாடல்களை கற்றதோடு அதன்படி வாழவும் விரும்பினார். எனவேதான் அங்கு பயின்ற பாடலான 'நாடு நம்மை அழைக்கிறது, நாம் தயாராக இருப்போம்' என்ற பாடலை எப்போதும் பாடிக் களித்தார்.

ஆரோவிலில் பள்ளிப் படிப்பை முடித்த சர்ச்சிலை ராணுவக் கல்லூரியில் சேர்க்க அவரது தந்தை விரும்பினார். அதற்குக் காரணம், சர்ச்சில் தன் சகோதரருடன் ராணுவ பொம்மைகளை வைத்து விளையாடு வதும் அதில் எதிரணி ராணுவ வீரர்களை வீழ்த்தி வெற்றிக் காண்பதும் வழக்கமாய் கொண்டிருந்ததை கண்ட அவர் 'சாண்டர்ஸ்ட்' ராணுவக் கல்லூரியில் சேர்க்கப்பட்டார்.

இக்கல்லூரியில் சேர்வது என்பது அவ்வளவு எளிதானதல்ல. கடும் போட்டிகளும், எழுத்துத் தேர்வுகளும் இருந்தன. சர்ச்சில் இதில் மூன்றாவ தாகவே வந்தார். படைப்பயிற்சியில் முதலாவதாக வந்தார். அதனால் தேர்ந்தெடுக்கப்பட்டார். எழுத்துத் தேர்வில் அதிகம் கவனம் செலுத்து வதை தவிர்த்தார்.

படைப்பயிற்சியில் அதிகம் கவனம் செலுத்தியதால் அவரது ஆசிரியர் அவரை அழைத்து படை அமைப்புகள், படைக்கலங்கள், செய்தித் தொடர்புகள் ஆகிய எல்லா விவரங்களையும் பயின்றுவித்தார். அக்காலத்தில் ஆசியாவிலும், ஆப்பிரிக்காவிலும் நடைபெற்ற போர்களில் கலந்து கொள்வதாகவும் கனவு கண்டார்.

குதிரை ஏற்றத்தில் மிகுந்த ஆவல் கொண்ட சர்ச்சில் குதிரைச் சவாரியை மிகவும் விரும்பினர்; அதில் ஊறித் திளைத்தார்.

"பெற்றோர்களே! உங்கள் பிள்ளைகளுக்கு பொருளைக் கொடுக்கா தீர்கள். குதிரைகளைக் கொடுங்கள். குதிரை ஏறி எவனும் துன்பம் கண்ட தில்லை" என்று பள்ளிகள், கல்லூரிகளில் உரையாற்றும்போது பேசுவார்.

சர்ச்சிலின் தந்தையும் குதிரை ஏற்றப் பயிற்சிப் பள்ளிகளை ஏற்படுத்தி பலருக்கும் பயிற்றுவித்தவர். இதன் விளைவு, 'நான் பழைய வின்சன்ட் சர்ச்சில் இல்லை; என்னிடமிருந்து குறும்பும் குழந்தைத் தனமும் எங்கோ ஓடி விட்டன' என்று கூறியதும் அதன்படி அவர் மாறி யதும் சக நண்பர்களே உணர்ந்தனர்.

சாண்டர்ஸ்ட் கல்லூரியில் மேல்நிலை கல்வி முடித்தார். மொழிப் பாடமான கிரேக்க, லத்தீனுக்கு முழுக்குப் போட்டார். அதற்குப் பதிலாக படைத் தந்திரங்கள், முற்றுகைகள், படை நிர்வாகம், ராணுவச் சட்டம் போன்ற நூல்களை தேடி பிடித்து கற்றும் அகழி அமைத்தல், ரயில் வழி, பாலங்கள் அமைத்தல், அரண்கள் அமைத்தல் போன்றவற்றில் ஆழக் கல்வியை நூல்கள் மூலம் பயின்றார். இதற்கான அடிப்படையான உடற்பயிற்சியை தவிர்த்து, இதனில் ஆழக்கால் பயின்ற தேர்ந்த நிர்வாகி யாக தன்னை தகவமைத்துக் கொண்டார்.

மேலும் அக்காலத்திலேயே மேடையில் ஏறி முழங்கினார். எம்பயர் தியேட்டரில் முதல் மேடை பேச்சும், அதில் 'இசை மன்றத்தில் தூய்மை வேண்டும்' என்ற கோரிக்கைக்காக அவர்களுக்கு ஆதரவாக பேசியதோடு அவர்களுக்கு உதவும் பொருட்டு தன் தங்கக் கடிகாரத்தையும் வழங்கினார்.

1894-ல் சர்ச்சிலின் சாண்டர்ஸ்ட் கல்லூரி வாழ்க்கை நிறைவுற்றது. இங்கிலாந்தின் ராணுவ மரபுகளை கண்டு வியந்த அவர் 'குதிரை வீரர்' என்ற பெருமை மட்டுமே பெற்றார். கல்லூரியில் பயிற்சி முடிந்ததும்

நான்காவது ஹிசோ (HUSSA) படைப்பிரிவில் தன்னை இணைத்துக் கொண்டார்.

தன் மகனை அறுபதாவது படைப்பிரிவில் சேர்க்க எண்ணியிருந்த அவரது தந்தைக்கு இது ஏமாற்றமாகவே இருந்தது. 'குதிரை மீதமர்ந்து கவசத்தோடு போரிட முடியவில்லையே?' என்ற வருத்தம் இருந்தாலும் ஆறுதல் கொண்டு பயிற்சியை தீவிரம் கவனம் செலுத்தினார்.

◆

1886ஆம் ஆண்டில் சர்ச்சிலின் தந்தை ரேண்டால்ஃப் பிரபு அரசியல் களத்தில் தமது கட்சியான டோரிகளுடன் பாராளுமன்றத்தில் மோதிக் கொண்டார்.

சாலிஸ்பெரி பிரபு (Salisbury) அமைச்சரவையில் அவர் சர்ச்சிலின் தந்தை இந்திய அமைச்சராக இருந்தார். இந்தியாவில் அப்போது ஏற்பட்ட பிரச்சனைகள் குறித்து பாராளுமன்றத்தில் தீவிரமாக வாதாடினார்.

ஆனால், பிரதமரும், இளவரசியும் ராண்டாலஃப்பை ஆலோசிக்கா மல் பம்பாயின் படைத்தலைவராக ஓர் இளவரசரை நியமிக்க, கொள்கைப் போராட்டத்தில் தன் பதவியை உதறி எறிந்தார்.

ஆயினும் தனது கட்சிக்காக பெரிதும் உழைத்தார். அதன் விளைவு அவரது கண்சர்வேட்டிவ்கள் மீண்டும் பதவி ஏற்று அவருக்கு நிதி அமைச்சராகவும், காமன்வெல்த் சபையில் கட்சித் தலைவராகவும் பதவி உயர்வு பெற்றார். ஆயினும் ஆறே மாதங்களில் பதவி ராஜினாமா செய்தார்.

அவருடைய இருமாப்பு அரசியலில் அது அவரை ஓரங்கட்டியது. இதன் விளைவு, 'வரவு செலவு திட்டத்தைச் சமர்ப்பிக்காத நிதி அமைச்சராகவும், ஒரே அமர்வில் அவைத் தலைவராகவும், வெற்றிச் சின்னம் இல்லாத வீரராகவும்' ராண்டால்ஃப் பிரபு வெளியேறியதே அவருக்கு ஏற்பட்ட அரசியல் பின்னடைவு எனலாம்.

1894-ல் தந்தையின் உடல்நிலைப் பாதித்தது. சர்ச்சிலுக்கு அவரிட மிருந்து ஒரு கடிதம், 'உலகப் பயணம் செய்ய விரும்புகிறேன்; உடனே புறப்பட்டு வரவும்' என்பதுதான் செய்தி. உடனே இலண்டன் புறப் பட்டார்.

தந்தை நோய்வாய்ப்பட்டுக் கிடக்க, உடன் தாயும் சகோதரரும் நின்றிருந்தனர். உடல் மெலிந்து உருங்குலைந்து கிடந்த தந்தை மகனைக் கண்டு அன்புடன் அவரைத் தட்டிக் கொடுத்தார். அப்போது அவருக்கு வயது நாற்பது. தனக்குப் பின் அடுத்த வாரிசு சர்ச்சில்தான் என்பதுபோல் அவரை தட்டிக் கொடுத்தார்; மறைந்தார்.

தந்தையின் காலம் முடிந்தது. மகனின் காலம் பிறந்தது; கனிந்தது.

✺

3

அரசியல் பிரவேசம்

வின்சென்ட் சர்ச்சில் அரசியலில் பிரவேசித்த காலம் ஒரு நவீன யுகத்தின் பொற்காலம் எனலாம்.

படைப்புலகில் டிக்கன்சும், தாக்ரேயும், கவிதையுலகில் டென்னிசனும் பிரௌனிங்கும், அரசியல் உலகில் டிஸ்ரேலியும், கிளாஸ்டனும், தத்துவார்த்த உலகில் டார்வினும், ஹக்ஸ்லியும் கண்ட கனவுகளும் ஒரு நூற்றாண்டு முடிவுற்று புதிய நூற்றாண்டு இளம் தலைமுறையினர் மலரவிருக்கும் காட்சியை, பொன் யுகத்தை பியர்ட்ஸ்லியும் பெர்னாட்ஷாவும் முன்கூட்டியே தங்கள் படைப்புகள் மூலம் முன்னறிவித்தனர்.

இத்தகுச் சூழலில் இங்கிலாந்தின் இளைஞர்கள் புதுயுகத்தை நம்பிக்கை

களும், குறிக்கோள்களுடன் வீர இளைஞர்கள் புறப்பட்டனர். அவர்களில் ஒருவராய் அடையாளம் காணும் ஒருவராய் சர்ச்சில் தன்னை தகவமைத்துக் கொண்டார்.

'சூரியன் அஸ்தமிக்காத நாடென்ற பெயர்' பிரிட்டிஷ் அரசுக்கு பெயர் விளங்கினாலும், பிரிட்டிஷ் படைகள் பலம் பொருந்தியதாக இருந்தாலும் இந்தியாவின் வடமேற்கிலும், எகிப்திலும், சூடானிலும், ஐரோப்பாவிலும் போர் மேகங்கள் சூழ்ந்தன.

காலம் தன் முத்திரையை அவர் மீது கவிழ்த்தது. இவைகளை உற்று நோக்கிய சர்ச்சிலின் பத்தாண்டுகளுக்கு மேலாக நடந்த போர்களில் உயிரிழந்த வீரபெருமக்களின் தியாகம், வீரமும் அவரது இளம் உள்ளத்தில் ஆழப் பதிந்து தன்னை ஒரு வீரராக அடையாளம் காணும் நாள் நெருங்கு வதை உணர்ந்தார். நாடும் அவரை அழைத்தது.

போரின் சாகசங்களை நிகழ்வுகளை கண்டுணர விரும்பினார். ஏதாவது சகாசச் செயலில் தன்னை ஈடுபடுத்தக் கொள்ள உடன்பட்டார். இங்கிலாந்து அரசியின் ஆணைக்குட்பட்டது ஊசர் படைப்பிரிவில் குதிரைப் படை வீரராக இணைந்து கியூபாவில் நடைபெற்ற கொரில்லா போரில் கலந்து கொண்டார்.

சர்ச்சிலைப் பொறுத்தவரை செயல் என்பது போரில் பங்கு கொள் வதே. அதனின் அனுபவங்களை எழுத்து வடிவிலும் பதிவு செய்தார்.

தன் போர் அனுபவங்களை பதினான்கு நூல்களில் பதிவு செய் துள்ளார். அவர் ஆற்றிய போர் உரைகள் மட்டும் பன்னிரு நூல்களாக தொகுக்கப் பெற்றுள்ளன.

போர்க் காலங்களில் வெவ்வேறு எட்டுப் படைகளில் பணிபுரிந் துள்ளார். நான்காம் ஊசர்படை, முப்பத்தியோராம் பஞ்சாப்படை, தென்னாப்பிரிக்கா குதிரைப்படை, ஆக்ஸ்ஃபோர்ட் ஷயர் வீர வேளாண் படை, இரண்டாம் கிரினேடியர் காவல்படை, ஆறாவது ராயல்ஸ் காட்ஸ் ஃபியூசிலியர் படை, ஆக்ஸ்போர்ட் ஷயர் பீரங்கிப்படை என இங்கிலாந்துக்கு உட்பட்ட நடந்த உலகப் போர்களில் படைவீராக, நிருபராக பணியாற்றியதோடு மால்பரோ மன்னன் மன்னனின் வரலாற்றை பதிவு செய்யும் முகமாக பல நாட்டு படை வரலாறுகளை ஆய்ந்து எழுதிய ஒரு தனிநபர் யாரென்றால் அது வின்செண்ட் சர்ச்சிலே குறிக்கும்.

1895-ஆம் ஆண்டு நவம்பரில் சர்ச்சிலும் அவரது நண்பர் ரெஜினால்டு பார்னசும் (Reginald Barnes) கியூபாவுக்கு புறப்பட்டனர். தன் அன்னை பூமியான அமெரிக்காவில் காலடி பதித்து கியூபாவுக்கு புறப்பட்டார்.

கியூபாவில் அப்போது உள்நாட்டு கிளர்ச்சி ஒருபுறம், அந்நாட்டில் பரவிய விஷக் காய்ச்சல், மலை, காடுகளில் திடீரென தாக்கும் கொரில்லா யுத்தம் - என பன்முனை தாக்குதல் அவருக்கு போர் வாழ்க்கையில் புதிய அனுபவத்தைத் தந்தது. ஆபத்தில் சிக்கிய அவர் கொரில்லாக்களில் பல்முனை தாக்குதல்களிலிருந்து மீண்டார்.

கியூபா அனுபவம் சர்ச்சிலுக்கு வாழ்நாள் முழுதும் பயன் தரத்தக்க அனுபவமும் கிட்டியது. அது, பகலில் நண்பகல் உணவுக்குப் பிறகு சற்றே உறக்கம். அது பழக்கம் பின்னர் சுறுசுறுப்பாக வேலை செய்யத் தூண்டியதில் விளைவு இறுதிநாள் வரை அதனைக் கைகொண்டார்.

இங்குதான் அவர் சுருட்டு புகைக்கும் பழக்கத்துக்கு உள்ளானார். 'கியூபாவில் புரட்சி நிகழும்' - என அப்போதே பதிவு செய்தார்.

கியூபாவை வீரச் செயலின் விளை நிலமாகவும், வீழ்ந்து மடியும் களமாகவும் முதலில் கண்டார். அக்கனவு பின்னர் நனவானது என்பதை உலகறியும்.

வாசிப்பே நேசிப்பாய் கொண்ட சர்ச்சில் படிக்காமல் இருந்த நாள் என்பது கிடையவே கிடையாது. நூல்களை தேடித் தேடிப் படிப்பதில் ஆர்வம் கொண்டார். அதற்கு துணையாக அவரது அன்னையும் வரலாறு, பொருளாதாரம், தத்துவம், அரசியல், அறநெறி, சமயம் ஆகிய அனைத்து வகை நூல்களையும் அனுப்பி வைப்பார்.

கிரேக்க நாட்டு தத்துவ மேதைகளான பிளாட்டோவின் 'குடியரசு' அரிஸ்டாட்டிலின் 'அரசியல்' மால்டூஸ், டார்வீன், சோபனர், பேராசிரியர் லெக்கி ஆகியோரின் படைப்புகளையும், சமயம் சார்ந்த வினாக்களுக்கு விடை தேடும் முகமாக 'மனிதகுல வரலாறு' (The martyrdom of man), ஐரோப்பிய வரலாறும் அடிப்படை உரிமைகளும் (The History of European Morals) போன்ற நூல்களை படித்தார்.

மேலும் சோவியத், ஜெர்மானிய இலக்கியத்தில் ஆழ்ந்த ஈடுபாடு கொண்டிருந்தார்.

படிப்பதோடு மட்டுமல்லாமல் அது குறித்து விமர்சனப் பார்வையும், தாம் அதன் மூலம் கற்றதையும், பெற்றதையும் கட்டுரைகளாக வடித்து தம் எண்ணத்தை வெளியிட்டார்.

அப்போது பிரிட்டிஷாரின் இங்கிலாந்தின் ஆளுமைக்கு உட்பட்டிருந்த இந்திய தேசத்தின் எல்லையில் போர் பதற்றம் நிறைந்திருந்தது. சர்ச்சிலின் நண்பர் சர்பிண்டன் பிளட் அங்கிருப்பதை அறிந்தார். அப்போரின் நிருபராக தன்னை பதிவு செய்து கொண்டு இந்தியா புறப்பட தயாரானார், புறப்பட்டார்.

இந்தியாவின் வடபகுதியில் உள்ள மலைக்குடிகள் வெள்ளையருக்கு எதிராக போர்க் கொடி தூக்கிப் போராடினர், அவர்களை எதிர்த்தனர். வெள்ளை ஏகாதிபத்தியம் 35000 பெரும்படையை அனுப்பத் தீர்மானித்தது. இந்த படையெடுப்பில் பங்கு பெற விரும்பி சக அதிகாரிகளை காண விழைந்தார். கல்கத்தாவுக்கு சென்று பேசினார்.

அதிகாரிகள் அவரைச் சேர்த்துக் கொள்ள சம்மதித்தனர். அரசிதழிலும் வெளியிட்டனர். இந்நிலையில் இந்த மலைக்குடிகள் சமாதான பேச்சுக்கு முன்வர போர் திரும்பப் பெறப்பட்டது.

இது குறித்து தன் சுயசரிதையில் குறிப்பிடுகையில் "பீவர் என்ற கடல் பிராணி அணைகளை கட்டி மீன் பிடிக்கத் தயாராக இருக்குமாம். அந்த நேரத்தில் வெள்ளம் புரண்டு வந்து அதன் உழைப்புகளைச் சிதைத்து விடும். வெள்ளத்தில் மீனும் தப்பி விடும். மீண்டும் பீவர் என்ற அந்த திமிங்கலம் அடுத்த வேட்டைக்குத் தயாராகும்" - என தனது போரின் முயற்சியையும் அதனால் ஏற்பட்ட பின்னடைவையும் குறிப்பிடுகிறார்.

தொடர்ந்து சர்ச்சில் சூடானில் ஏற்பட்ட யுத்தத்திலும், ஓம்தூர்மான் போரிலும் பங்கேற்று செய்திகளை சேகரித்து அதன் அனுபவங்களை கட்டுரைகள் எழுதினாலும் அவருக்கான போர் வாய்ப்பை பின் நிலையிலேயே வைத்தனர். காரணம், அவர் அதிகாரிகளின் செயல்பாட்டை குறை கூறி எழுதியதை விரும்பவில்லை.

சர்ச்சிலின் முதல் நூலை ரசித்து சுவைத்து படித்திருந்த அப்போதைய பிரிட்டிஷ் பிரதமர் சாலிஸ் பெரி அவரை படைப்பிரிவில் சேர்த்துக் கொள்ள பரிந்துரைத்தும் அதிகாரிகள் அவரை புறம் தள்ளினர்.

இறுதியில் ல ரன்சர்கள் படைப்பிரிவில் அவரைச் சேர்த்துக் கொண்டாலும் அவருக்கு சம்பளமும், காயம், மரணமடைந்தாலும் இழப்பீடோ கிடையாது என்ற நிலையில் பணியமர்த்திக் கொண்டனர். ஆயினும் அவரது படைப்புகளுக்கு பிரிட்டிஷின் 'மார்னிங் போஸ்ட்' நல்ல வெகுமதி தந்தது. பின் எகிப்தின் கெய்ரோவுக்கு அனுப்பப்பட்டார்.

அங்கு நடந்த கடுமையான போரில் அவரது அதிகாரிகள் எதிரணியினரால் கொல்லப்பட்டும், சர்ச்சில் தப்பினார். லெப்ஃடினன்டாக சர்ச்சில் ஒரு கையில் துப்பாக்கியும், மறு கையில் வாளும் ஏந்தி தாக்குதலில் ஈடுபட்டார்.

எங்கிருந்தோ வந்த எதிரி கையில் ஈட்டியுடன் சர்ச்சிலை நோக்கு நெருங்கி வந்தான். ஒரு கணமே அவன் மீது துப்பாக்கியை பிரயோகித்தார். அவன் சுருண்டு விழுந்தான். ஆயினும் அவனது தாக்குதலுக்கு பிரிட்டிஷ் படைத்தலைவர் ஜாவ்ரீட் க்ரென்ஃபெல் வீர சொர்க்கம் அடைந்தார்.

சூடானின் ஓம்தூர்மான் வெற்றி, சுடானின் விடுதலைப் போரின் வெற்றி எனலாம்.

நைல் நதிக்கரையோரம் வழியாக தாய்நாடு திரும்பினார் வின்செண்ட் சர்ச்சில். இந்த போர் அனுபவங்கள் 'தி ரிவர் வார்' (The Rever War) என்ற நூலாக வெளிவந்தது.

இனி போர் போதும். அரசியலில் பாராளுமன்றத்தில் புகுவோம் என்ற திட்டத்துடன் செயலில் இறங்கினார்.

◆

சர்ச்சிலின் வடஆப்பிரிக்கா, தென் ஆப்பிரிக்கா, இந்தியா, எகிப்து போன்ற தேசங்களில் ஏற்பட்ட போர் அனுபவங்கள் அது குறித்து எழுதிய கட்டுரைகள் ராணுவ சேவையில் மனநிறைவை எட்டவில்லை.

அவரது போர் குறித்த கட்டுரைகளும் உயர் அதிகாரிகளின் குறைகளை சுட்டிக் காட்டியதும் அவரது நெஞ்சுரத்தை அவர்கள் விரும்பவில்லை. எனவே அரசியலில் நுழைய முடிவு செய்து அதற்கு அடிப்படையான பத்திரிகை தொழிலில் ஈடுபட முடிவு செய்தார்.

மேலும் தனக்கு ஒரு தொகுதியை ஒதுக்கித் தருமாறு கன்சர்வேடிவ் கட்சிக்கு 1898-ல் கடிதமும் கொடுத்தார். அவரிடம் போதிய பொருளாதார வசதி இல்லாததால் அவரது கோரிக்கையை கட்சித் தலைவர்கள் ஏற்க மறுத்தனர். ஆயினும், அவரது பேச்சாற்றல், எழுத்தாற்றல், அவரது உரையை பத்திரிகைகள் வெளியிட்டு அவருக்கான செல்வாக்கை உயர்த்திப் பிடிக்க, 'டெய்லி மையில்' பத்திரிகை அவரை 'ஐரோப்பாவின் இளைய மனிதர்' என்ற தலைப்பில் அவரைக் குறித்து வியந்தோதி எழுதியது.

பிரபல எழுத்தாளர் அரசியல் வித்தகர் ஜி.டபிள்யூ ஸ்டீவென்ஸ் (G.W.Steevens) இவரைக் குறித்து எழுதும்போது, "வின்ஸ்டன் சர்ச்சில் இதே வேகத்தில் சென்றால் அவரது முப்பதாவது வயதில் அவரை பாராளுமன்றம் தாங்காது, நாற்பதாவது வயதில் நாடே தாங்காது" என்று மிரட்டியிருந்தார்.

தனது இருபத்தி நான்கு வயதிலேயே எண்ணத்தாலும், உயரிய சிந்தனையாலும் செயலூக்கத்தினாலும் தெளிந்த திட்டத்தாலும் ஒரு பெரிய மனிதனுக்குரிய அடையாளமாய் திகழ்ந்தார்.

ராணுவ படைப் பயிற்சியில் நான்காண்டு காலம் அவர் கண்ட களங்கள், அனுபவங்கள், வீரச் செயல்கள் பொது மக்களின் கவனத்தைக் கவர்ந்தன.

அவர் எவ்வித அடக்குதலுக்கும் ஆளாகாமல் தன்னம்பிக்கையோடு திட்டமிட்டு செயலாற்றும் திண்மையும் பெற்றிருந்தார்.

நாவன்மையால் மக்களை ஈர்க்கும் பிறவிப் பேச்சாளர், அவரது மேற்குலக பண்பும், அற்புதமான கற்பனைத் திறனும் அவரது அடிப்படை சொத்துக்கள்.

அவரது தோற்றப் பொலிவும், முகமும் கட்டுடலும் குருதி சிவப்புத் தோற்றமும் வண்ணமும் மேடையில் நிற்கும்போது அஜானுபாகுவான தோற்றப் பொலிவைத் தந்தன.

சர்ச்சில் டோரி ஜனநாயக கட்சியினர் சார்பில் தேர்தல் களத்தில் குதித்தார். இவரை எதிர்த்து லிப்ரல் கட்சி வேட்பாளர் போட்டி யிட்டனர்.

லிப்ரல் கட்சி ஏழை மக்களின் உரிமைக்காக குரல் கொடுத்து களத்தில் நின்றது.

சர்ச்சில் ஆளும் அரசின் நடைமுறையிலிருந்த சமுதாய அமையும். திருச்சபைகளின் அமைப்பையும் ஆதரித்ததோடு மறுபக்கம் மத குருமார்கள் நிவாரண மசோதாவை (Clerical Doles Bones) எதிர்த்தும் மக்கள் முன் பேசினார்.

ஆயினும் லிப்ரல் கட்சியினரின் ஏழை பணக்காரர்களின் வேறு பாட்டை வலியுறுத்திப் பேசியதே மக்களிடையே எதிர்பாராத விளைவு களை உண்டாக்கி சர்ச்சில் தோற்கடிக்கப்பட்டார்.

முதல் தோல்வி அடுத்த வெற்றிக்கான படிக்கட்டாக கருதினார் வின்செண்ட் சர்ச்சில்.

✴

இளம் வீரரின் சாகசம்

தேர்தலில் தோல்வி கண்டாலும் அவர்தம் பணியில் தொய்வடைந்து விடவில்லை.

தென்னாப்பிரிக்காவில் அப்போது நிலவிய போயர் போரில் அவரைப் பணியாற்ற அழைத்தது.

1899-ஆம் ஆண்டு டச்சுக்காரர்களும், ஜெர்மானியர்களும், போயர் குடியரசுக்கு ஆயுதங்கள் வழங்கி பிரிட்டிஷ் அரசுக்கு எதிராக படைகளை வாபஸ் பெற எச்சரிக்கை விடுத்தனர். இதுவே போரின் தொடக்கமானது.

பிரிட்டோரியாவின் போர் செய்தியைக் கேட்டதும் 'மார்னிங் போஸ்ட்' இதழ் வின்ஸ்டண்ட் சர்ச்சிலை நிருபராக அழைத்து 250 ரூபாவும்

ஊதியமும் வழங்கியது. இதுவரை இவ்வளவு தொகையை யாரும் பெற்றதில்லை என்பது குறிப்பிடத்தக்கது.

கப்பல் பயணத்தின் காலத்திலேயே போர் முடிந்து விடுமோ? என்ற அச்சத்திலேயே பன்னிரு நாட்கள் கழிந்தும், போயர்கள் தோற்கடிக்கப் பட்டதாகவும், மூன்று போர்கள் நடந்து முடிந்து விட்டதாகவும் தகவல்கள் வந்தாலும் தங்களின் வீரச் செயல்களுக்கு இன்னும் வாய்ப்பு உண்டு என்றே பயணித்தனர்.

கப்பல் தென்னாப்பிரிக்காவின் துறைமுகத்தை அடைந்தபோது போயர்கள் தலைநகரான நோட்டலை தாக்கி 4000 வீரர்களைக் கொண்ட பிரிட்டிஷ் படையை வளைத்துக் கொண்டனர்.

ஒரு பக்கம் பிரிட்டிஷ் படையின் எதிர் தாக்குதலும், தடுத்து போராடுதலும் நிகழ்ந்து கொண்டிருந்தது. சர்ச்சில் துடித்து கொண்டிருந்தார். தென்னாப்பிரிக்காவின் முக்கிய இடங்களில் எல்லாம் போயர்கள் கைப்பற்றி தாக்குதல் தொடுத்தனர்.

தென்னாப்பிரிக்காவின் எஸ்ட்கோர்டில் சர்ச்சிலுக்கு நிருபர் வேலை. ஆயுதம் தாங்கிய ரெயிலில் எதிரிகளை கண்காணித்துக் கொண்டிருந்தார். திடீரென ரெயில் மீது தாக்குதல் தொடுத்தனர். நான்கு பெட்டிகள் சரிந்தன. ரயிலைச் சுற்றி போயர் படைகள் சூழ்ந்தன.

வீரர்களுக்கு உற்சாகம் தந்து ரயிலை இயக்க முயன்றார். அது தோல்விலேயே முடிந்தது. ஒருவன் அவரை நோக்கி துப்பாக்கியால் சுட முயன்றான். எதிர் தாக்குதல் நடத்த முயன்ற சர்ச்சிலின் துப்பாக்கி ரயில் கலவரத்தில் தொலைந்தது. சரணடைந்தார்.

பிரிட்டிஷ் வீரர்கள் கைது செய்யப்பட்டனர். சர்ச்சில் நிருபர் என்ற முறையில் அவரை சிறையில் மட்டுமே அடைத்தனர். அவரை தூக்கிலிட வில்லை. சாதாரண கைதிகளாக நடத்தினர்.

சிறையிலிருப்பது அவருக்கு பிடிக்கவில்லை. போர் நிருபர் என்ற முறையில் தன்னை விடுவிப்பது சிரமம் என்றெண்ணியவர் சிறையி லிருந்து தப்ப முயன்றார்.

அவர் சிறை வைக்கப்பட்டிருந்த இடம் ஒரு பள்ளிக்கூடம். அதன் சுற்றுச் சுவர்களை நோட்டமிட்டார்.

ஒரு நாள் மாலையில் தமது திட்டமிட்டபடி குளியல் அறையில் மறைந்திருந்து தோட்டத்து மதில் சுவரை தாண்டி, விழுந்து புதிர்களுக் கிடையில் பதுங்கிக் கொண்டார். அப்போது அவருக்கு ஒரு மதகுரு அளித்த தொப்பி அவரைக் காப்பாற்றியது. அந்தத் தொப்பியே அவரது அடையாளச் சின்னமாயும் ஆகிப்போனது.

அங்கிருந்து தப்பி ஓடும் கூட்ஸ் வண்டியில் ஏறி சரக்கு மூட்டைகள் ஊடே பதுக்கித் தப்பினார். ஓர் வழிப்போக்கனின் உதவியோடு ஒரு நிலக்கரிச் சுரங்கத்தின் அடியில் பதுங்கிக் கொண்டார்.

இதற்கிடையில் அவர் தப்பிய செய்தி அறிந்து, 'ஒரு கைதி தப்பியோடி விட்டார். அவரைக் கண்டுபிடித்துத் தருபவர்களுக்கு 25 பவுனும் சன்மானம் வழக்கப்படும்' என்று அறிவித்தனர்.

சுரங்கத் தொழிலாளிகள் அவரைக் காப்பாற்றி இறுதியில் போர்ச்சுகல் குடியேற்றப் பகுதிக்கு அனுப்பி வைத்தனர்.

இளம் வீரரின் சாகத்தை பிரிட்டிஷ் ஏடுகள் பரபரப்பான செய்தி களாக வெளியிட்டது. போயர்களிடம் தோல்வி மேல் தோல்வி கண்ட பிரிட்டனுக்கு சர்ச்சிலின் சாகசம் பெரிதாகப் பேசப்பட்டது. தேசிய வீரராகப் போற்றப்பட்டார்.

இறுதியில் பிரிட்டிஷ் போயர்களை வென்றெடுத்தனர். இதற்குப் பின்னணியில் பிரிட்டிஷ் ஏடுகளில் அவரது துணிகரமும், சர்ச்சில் படைத்த கட்டுரைகளும் படைவீரர்களுக்கு உற்சாகம் தந்து வெற்றிக்கு வழிவகுத்தன.

தொடர்ந்து சர்ச்சில் ஸ்பியான் காப் (Spion Kob) குன்றில் நடந்த போரில் கலந்து கொண்ட போது, பிரிட்டிஷ் படையின் திறமையின்மை கண்டு, தானே முன் நின்று படையை நடத்த அனுமதி பெற்று, வீரர் களுக்கு உற்சாகம் தந்து போயர் யுத்த வெற்றிக்கு காரணமானார். பிரிட்டோரியா சிறையில் அடைக்கப்பட்டிருந்த கைதிகளை விடுவித்தார்.

விடுதலை செய்தி கொண்டு வரும் சர்ச்சிலை வரவேற்க வீரர்கள் ஓடினார்கள். பிரிட்டோரியாவில் பிரிட்டிஷ் வெற்றிக் கொடி நாட்டி முதற்கட்டப் போரை முடிவுக்கு கொண்டு வந்தார்.

தொடர்ந்து தென்னாப்பிரிக்காவில் இரண்டு ஆண்டுகளுக்கு போர் தொடர்ந்தாலும் இறுதியில் பிரிட்டிஷ் படையே வென்றது. வென்ற பத்து நாட்களில் படையிலிருந்து விலகி தாயகம் திரும்பினார் சர்ச்சில்.

1900-ஆம் ஆண்டில் சர்ச்சில் நாடு திரும்பியபோது வெற்றி விழா கொண்டாடப்பட்டது. அவரது தொகுதியான ஓல்டாமில் வெற்றி பவனியாகவே நிகழ்ந்தது. அந்நிகழ்வில் பங்கேற்று உரையாற்றிய சர்ச்சில், 'ஓல்டாம் சுரக்கத் தொழிலாளிகள் தென் ஆப்பிரிக்காவில் தன்னைக் காப்பாற்றியதை' நன்றியுடன் நினைவு கூர்ந்தார்.

மேலும், 'போயர் பிரச்சனையை கருணையுடனும் மனிதாபத் துடனும் தீர்க்க வேண்டும்' என்றார்.

'போயர்களை பழி வாங்குவது இரு நாடுகளின் ஆறாப்புண்களை மேலும் படரச் செய்யும்' என்று எச்சரித்தார். இருவருக்கும் சமாதானம் ஏற்பட முயற்சிக்க வேண்டும் வலியுறுத்தினர்.

இது குறித்தெல்லாம் 'மார்னிங்போஸ்ட்' இதழில் எழுதிய போது பிரிட்டிஷார் அவரை பயத்தில் பிதற்றுவதாக பதிலடி தந்தனர். அதற்காக மன்னிப்பும் கேட்க வேண்டிய நிலைக்கும் தள்ளப்பட்டார்.

ஆனால் போயர் யுத்தம் பிரிட்டிஷ் அரசும் பெரும் தீங்கையும், பொருளாதார இழப்பையும், படை வீரர்களை காவு கொள்ளவே செய்தன. பிரிட்டிஷ் அரசின் இந்த போர் வெறி மக்களிடையே கொந்தளிப்பை ஏற்படுத்தின.

ஆயினும், சர்ச்சில் 'போயர்கள் எல்லாம் பேயர்கள் அல்ல' என எழுதினார். எதிர்ப்பு எழுந்தாலும் அது குறித்து அவர் கிஞ்சித்தும் தளர வில்லை. மொத்தத்தில் போயர்களின் வென்றெடுக்க சர்ச்சிலின் சாகசம் மக்களால் கொண்டாடப்பட்டது.

சர்ச்சிலின் கவச ரெயிலை மீட்டது, போயர் சிறையிலிருந்து தப்பியது, ஜோகன்ஸ்பர்க் மிதிவண்டி பவனி, பிலிட்டோரியாவில் கைதிகளை மீட்டது ஆகிய அவரது வீரசாகசங்கள் மக்களின் கற்பனை களை தூண்டி விட்டன.

சர்ச்சில் இனி படைப்பணியை தொடர்வதை விரும்பவில்லை. அது ஒரு வட்டத்துக்குள் அடக்கி விடுவதாக உணர்ந்தார். அதற்கான சம்பளம்

எவ்வளவு உயரத்துக்கு சென்றாலும் பெரிதாகக் கிடைத்தும் அதில் திருப்தி கண்டுவிட முடியாது.

குறிப்பாக படை வாழ்க்கையில் வாய் மூடி மௌனியாகவும், சம்பரதாயங்களுக்கு ஆட்பட்டும், வம்மை விலைக்கு வாங்காமல் நல்ல பிள்ளையாய் அடங்கி ஒடுங்கி இருப்பதும் அவரது இயல்புக்கு சரியாகப்படவில்லை. எனவே இனி மக்களால் பேசப்படும் ஒருவராக தன்னை மாற்றிக் கொள்ள முடிவெடுத்ததால் அதற்கான களத்தில் இறங்கினார்.

✺

5

தந்தையின் அரசியல்

சர்ச்சில் இளம் பிராயத்திலேயே அரசியல் நாட்டம் உடையவராய் இருந்தார். அவருடைய முதல் காதலியே அரசியல்தான். அவரது தந்தையும் அரசியலில் பங்கேற்றிருந்ததால் தந்தை யின் வழியில் அரசியல் களம் காண துடித்தார்.

இளம் வயதில் ஒரு விபத்துக் குள்ளாகி படுக்கையில் கிடந்தபோது தந்தையாரின் அரசியல் நடவடிக்கை களை கவனிக்கும் வாய்ப்பு கிடைத்தது. தந்தைக்கு உதவியாக அரசியலில் ஈடுபட நினைத்தாலும் அவரது தந்தை அதற்கு இடம் கொடுக்கவில்லை.

இளம் பருவத்திலேயே அவரது எழுத்துப் பணிகள் மக்களிடம் செல்

வாக்கும், சமுதாயத்தில் அடிமட்டத்தில் இருந்த ஏழைச் சகோதரர்களின்பால் கொண்ட இரக்க உணர்வு அவர் மனத்தில் பற்றி எரிந்தது. இதற்கு தீர்வு அரசியல்தான் ஒரே வழி என்று கண்டுணர்ந்தார்.

ஏற்கனவே தேர்தலில் போட்டியிட்டு தோல்வியை தழுவியது அவருக்கு அது பாடமாக, பயிற்சியாக அமைந்தது. பழைய தவறுகள் மீண்டும் நடக்காமல் புதிய பாதையை வகுத்து செயல்படத் தொடங்கினார்.

அப்போது கன்சர்வேட்டிவ் கட்சித் தலைவராக சாலிஸ்பெரி பிரபு தலைவராக இருந்தார். சர்ச்சிலின் தந்தை இவருடன் தான் முதன் முதலில் போட்டியாளராக இருந்தார்.

இந்தக் காலத்தில்தான் போயர்களின் போரில் வெற்றி பெற்று நாடறிந்த ஒருவராக சர்ச்சில் அறியப்பட்டார். தேர்தல் உக்தியாக 'ஆளுங் கட்சி இழக்கும் ஒவ்வொரு இடமும் போயர்களின் வெற்றி' என்ற சோம்பர்லேன் முழக்கம் இருந்தது.

இத்தகு சூழலில் சர்ச்சில் அரசியல் களம் கண்டார். பதினொரு தொகுதிகளில் அவரைப் போட்டியிட அழைப்பு வந்தும் தான் ஏற்கனவே போட்டியிட்டு தோற்ற ஓல்டாமில் நின்று வெற்றி பெறுவதாக உறுதி பூண்டார். அப்போது நாடு அவரை அறியாது. பின்னர் போயர் யுத்தத்துக்குப் பின் அவரை மக்கள் நன்கு அறிந்திருந்தனர்.

இன்றோ அவர் அரசியல்வாதி, எழுத்தாளர், நூலாசிரியர், நாவலர், போர் மறவர் என மக்களிடத்தில் பிரபல்யம் பெற்று அரசியலில் அவர் நுழைவதை, வரவேற்றதை மறுக்காமல் ஏற்றுக் கொண்டார்.

புதிய சக்திகள் நாட்டில் வேரூன்றி தொடங்கியிருந்தன. புதிய சிந்தனைகளும், எண்ணங்களும் எந்த அரசியல் கட்சிகளும் இடம் பெறாத புத்தம் புதுக் கருத்துகள் உருவாகிக் கொண்டிருந்தன.

1899களில் தேர்தல் களத்தில் குதித்தபோது இத்தகைய புதிய போக்கினை கண்டுணர்ந்தார். எங்கும் சோசலிசம் என்ற பேச்சே முழங்கி வந்தது.

19-ஆம் நூற்றாண்டின் தொடக்கத்தில் மார்க்ஸின் சிந்தனை வெளிச்சத்தில் உலகம் முழுதும் அதன் வெளிச்சம் பாயத் தொடங்கிய காலம் அது.

'பொன்னுமன்று, மண்ணுமன்று - மண்ணுயிர்களும் அவற்றின் மகிழ்ச்சியும்தான் அரசின் தலையாய நோக்கம்' என்று புதிய சித்தாந்த வெளிச்சம் பரவத் தொடங்கியது.

இந்தப் பின்னணியில் வெற்றி வீரராக, வின்ஸ்டன் சர்ச்சில் ஓல்டாம் தொகுதியில் போட்டியிட்டார்.

இங்கிலாந்தின் 'மாண்புயர் வீரர்' என்று அவரை விளித்து முழக்கம் ஒலித்து ஆர்ப்பரித்தது.

ஆனாலும் அவரை எதிர்த்து லங்காஷயர் லிப்ரல்கள் இவருக்கு எதிராக கருத்துகளை முன் வைத்தனர். இனம் செயல் வீரரான சர்ச்சில் முழு மூச்சுடன் அதற்கு ஈடு கொடுத்தார்.

"இன்றைய தேர்தல் போராட்டம் டோரிகளின் உண்மையான பேரரசுக் கொள்கைக்கும், லிப்ரல்களின் போலிப் பேரரசு கொள்கைக்கும் இடையே நிகழ்கிறது என்றும், லிப்ரல்களுக்கென்று சொந்தக் கொள்கை களே இல்லை" என கேலி செய்தார்.

இளம் வேட்பாளராக சர்ச்சிலை ஆதரித்து தொழிலாளர் வர்க்கத்தின் ஆதரவு பெற்ற சோம்பர்லேன் ஓல்டாவுக்கு வந்து அவரது பெருமையை யும் அவரது தந்தையின் அரசியல் பங்களிப்பை வியந்தோதி உரையாற்றினார்.

கடுமையான போட்டிக்கிடையே சர்ச்சில் அமோக வெற்றி பெற்றார். காலிஸ் பெர்ரி பிரபு வாழ்த்துச் செய்தி அனுப்பினார். சுற்றி வட்டார பகுதிகளில் அவருக்கு வரவேற்பும் அவரது உரையை கேட்க அழைப்பும் குவிந்தன.

இருபதாம் நூற்றாண்டின் தொடக்கத்தில் பாராளுமன்ற உறுப்பினர் தேர்தல் வெற்றியினால் மட்டும் காலம் தள்ள முடியாது எனக் கருதிய சர்ச்சில் எழுத்தின் மூலமும், பேச்சின் மூலமும் பொருளீட்ட முடிவு செய்து 'லண்டன் டு லேடி ஸ்மித் வயா பிரிட்டோரியா', 'ஈயான் ஆமில்டன்ஸ் மார்ச்' எனும் அவருடைய படைப்புகள் அடுத்தடுத்து வந்தன.

சர்ச்சிலின் உரைகளும், பேச்சுகளும், படைப்புகளும் பெரும் வரவேற்பைப் பெற்றன.

அமெரிக்காவில் அவர் ஆற்றிய அரிய உரைகள், 'சர்ச்சில் ஐந்து போர்களின் வீரர்', 'ஆறு நூல்களின் ஆசிரியர்' என பிரபலமாயின. அமெரிக்க தலைநகரான நியூயார்க்கில் அவரது கூட்டத்துக்கு பிரபல அரசியல் தத்துவ வித்தகர் மார்க்டுவெய்ன் (MarkTwain) தலைமை தாங்கினர்.

◆

முதல் முழக்கம்

1901 ஆம் ஆண்டின் தொடக்கத்தில் பாராளுமன்றம் கூடியது. அப்போது பேரரசி காலமாகி எட்வோர்டு மன்னர் அரியணை ஏற்றிருந்தார்.

இந்நிலையிலேயே பாராளுமன்றம் புகுந்தார் சர்ச்சில். முதல் பாராளுமன்ற பேச்சு தயக்கத்துக்கு மனப்பதட்டத்துக்கு இடமில்லாமல் உரையாற்றி உறுப்பினர்களின் பேராதரவைப் பெற்றார்.

அப்போது "போயர்களை பிரிட்டிஷார் நடத்திய முறைகள் வெட்கக் கேடானவை" எனப் பேசி அதிர்ச்சி வைத்தியமும் தந்தார்.

அவர் பேசி முடித்ததும் அவையின் எல்லாப் பகுதிகளிலிருந்தும் கை தட்டல் ஒலி, ஆரவாரம் விண்ணை கிளம்பியது.

அவரது அரசியல் வாழ்க்கை தொடங்கி துளிர் விடத் தொடங்கி, மர மானது. வேல்ஸ் நாட்டு பிரபல வழக்கறிஞர் லாயிட் ஜார்ஜ் - வின்ஸ்டன் சந்திப்பு தொடங்கியது. அந்நட்பு அவரது நாற்பதாண்டு அரசியல் வாழ்க்கையில் வேரூன்றி நிலைத்து நின்றது.

போயர்களின் பக்கம் சர்ச்சில் நின்றாலும் தொடர்ந்து அவர்கள் இடையூறு தந்தவண்ணம் நின்றனர். அதனையும் தமது ராணுவ பலத்தைக் கொண்டு தனது சாதுர்யத்தால் அவர்களை அடக்கினார். கடற்படையை வலுவாக்கி தேசத்தின் உடலான கடற்படையின் பெருமையை உலகறிய செய்த பெருமை அவருக்கே உரியது எனலாம்.

காமன்ஸ் அவையில் சர்ச்சிலின் உரையைக் கேட்டவர்கள் அவரது சொல் நடையும், அவையில் நிற்கிற பாணியும், பேச்சு முறையும், உடற் கூறுகளும், உளப்பான்மையும் கன்சர்வேட்டிவ் கட்சியில் புதிய இளைஞர்கள் அணியொன்று, முற்போக்கு கருத்துகளை தாங்கி உருவாயின.

கருத்து முரண்கள் :

'முரண்களின் மொத்தத் தொகுப்பு மூட்டை' என சர்ச்சில் விமர்சிக்கப்படுவதுண்டு.

இங்கிலாந்தின் வளர்ச்சியில் பொருளாதார சிக்கல்கள் எழுந்தன. 'சமாதானம், சிக்கனம், சீர்திருத்தம்' என்ற கோஷங்கள் எழுந்தன. இதில் கன்சர்வேட்டிவ் கட்சிக்கும் லிப்ரல் கட்சிக்கும் கருத்து மோதல்கள் நிகழ்ந்தன. சர்ச்சில் லிப்ரலின் கொள்கைக்கு ஆதரவாக குரல் எழுப்பினார். இதனால் கன்சர்வேட்டிவ் கட்சியிலிருந்து நீக்கப்பட்டார்.

எதிர்கட்சியான லிப்ரல் கட்சியில் இணைந்து, எதிர்கட்சியான லிப்ரல் கட்சியினருடன் அமர்ந்தார். லிப்ரல் கட்சியினர் அவரை வரவேற்றனர். "கர்ப்பியல் முறையினால் நாட்டின் செல்வ நிலை உயரும் என்பது பொருளாதார பித்தலாட்டம். அதனால் செல்வம் சீராகப் பங்கிடப்படும் என்பது அப்பட்டமான பொய்" என்று சர்ச்சில் சாடினார்.

சர்ச்சில் லிப்ரல்களின் சமூக சீர்திருத்தத் திட்டங்கள் யாவற்றையும் உளமாற ஆதரித்தார். அவரின் அற்புதமான நாவன்மையினால் சிறந்த புகழைப் பெற்று, லிப்ரல் கட்சியின் உட்குழுக்களிலும் இடம் பெற்றார்.

கன்சர்வேட்டிவின் தலைவர் சேம்பர்லேனுக்கும் - சர்ச்சிலுக்கும் பாராளுமன்றத்தில் விவாதங்கள் சூடுபிடிக்கத் தொடங்கின.

வின்சன்ட் சர்ச்சிலை இழந்ததற்கு பல கன்சர்வேட்டிவ் தலைவர்கள் வருந்தினார்கள். 'சிறந்த அறிவாளியான இளைஞர் சர்ச்சிலை பால்ஃபார் கட்சி மாற விட்டிருக்கக் கூடாது' என்று சேம்பர்லேன் குறை கூறினார்.

சர்ச்சிலும் சேம்பர்லேனும் அரசியலில் கீரியும் பாம்பும் போன்றவர்கள். ஆயினும் சர்ச்சில் முரணில் பகைமை பாராட்டாமல் கௌரவமாய் விலகி நின்று மன்னிப்புக் கோரவும் தயங்கவில்லை.

1904 முதல் 1905 வரை பாராளுமன்றத்தில் தடையில்லா வணிகத்தைப் பற்றி விவாதம் நீடித்தது. கன்சர்வேட்டிவ் கட்சியின் தலைவர் பால்ஃபோர் பாராளுமன்றத்தை விட்டு வெளியேறியபோது சர்ச்சில், "மதிப்புக்குரிய உறுப்பினர் அவர்கள் வெளியே செல்ல வேண்டிய அவசியமில்லை. நான் தடையில்லா வணிகத்தைப் பற்றி பேசப் போவதில்லை" என முற்றுப்புள்ளி வைத்தார்.

வணிக வரிப் பிரச்சனையை விவாதிக்க விடாமல் தடுப்பதையே பால்ஃபோர் அமைச்சரவை பிளவுபடுவதை தடை செய்தார். இறுதியில் கட்சியில் ஏற்பட்ட பொறுமையின்மை சகித்துக் கொள்ள முடியாமல் பால்ஃபோர் பதவி துறந்தார்.

அடுத்து கேம்பல் பானர்மென் தலைமையில் லிப்ரல் கட்சி ஆட்சி மலர்ந்தது. சர்ச்சில் குடியேற்றங்களின் தலைமை அமைச்சராக அதில் பதவியேற்றவர். தனது முப்பத்தோறாம் வயதில் 'ஐரோப்பாவின் இளைய மனிதர்', பிரிட்டிஷ் அமைச்சரவையில் இடம் பெற்றார்.

1906-ஆம் ஆண்டு பொதுத் தேர்தல் நடைபெறவிருந்தது. கன்சர்வேட்டிவ் கட்சிக்கு எதிரான அலை மக்களிடத்தில பெருகியது. சர்ச்சில் வடமேற்கு மான்செஸ்டரை தனது தொகுதியாக தேர்ந்தெடுத்துக் கொண்டார்.

எதிர்க்கட்சியினர் சர்ச்சிலை கட்சி மாறி என விமர்சித்தனர். அதற்கு பதிலடியாக பலமுறை கட்சி மாறிய சேம்பர் லேனை அடையாளம் காட்டி அவர்களின் வாயை அடைத்தார்.

மான்செஸ்டர் பகுதியில் லிப்ரல் கட்சியின் அநேக இடங்களில் வெற்றி பெற்றனர். சர்ச்சிலும் பெரும்பான்மையான ஓட்டுகளில் வெற்றி பெற்றார். முதல் பாராளுமன்ற சீர்த்திருத்தத்துக்கு பின்னர் கன்சர் வேட்டிவ் கட்சி படுதோல்வி அடைந்தது.

''வின்செண்ட் சர்ச்சிலின் தடையில்லா கோட்டையான மான் செஸ்டரில் பெற்ற வாக்குக்கும், நாடு முழுவதும் லிப்ரல்கள் பெற்ற வெற்றியும் நமது காலத்திய தேர்தல், சாதனைகளின் அற்புதம்'' என அரசியல் விமர்சகர்கள் பாராட்டினர்.

✹

6

தோல்வியும் வெற்றியும்

1908-ல் பிரதமர் பானர்மேன் தலைமையிலான அமைச்சரவையில் வர்த்தக குழுவின் தலைமைப் பதவி வழங்கப்பட்டது. அமைச்சர் பதவி ஏற்ற சில நாட்களிலேயே மீண்டும் தேர்தல் வந்தது.

பழைய போட்டியாளரான ஜாய்னல் ஈக்லை எதிர்த்துப் போட்டியிட்டார். விறுவிறுப்பான களமாக இத்தேர்தல் இருந்தது. கூட்டங்களில் மோதல்களும் நிகழ்ந்தன.

வர்த்தக குழுவின் தலைவர் தமது பதவியை பாதுகாத்துக் கொள்ள முடியாத நிலையில் நிதி அமைச்சரே வந்து அவருக்காக வக்காலத்து வாங்கும் விந்தையிலும் விந்தை என பாஃல்போர் அறிக்கையும்,

சாப்ஃரகேட்டுகளின் தொல்லையும், ஆதரவின்மையும் சர்ச்சில் தோல்வியை இத்தேர்தலில் சந்தித்தார்.

சர்ச்சிலின் தோல்வியை கன்சர்வேட்டிவ்கள் கொண்டாடினார்கள். அவருக்கு சாதகமாக பேசும் டெய்லிகிராப்ட் - ஏடுகூட 'வின்ஸ்டன் வெளியேற்றப்பட்டார். இதனை விவரிக்க சொற்கள் இல்லை' என விமர்சித்தன.

சர்ச்சிலின் அரசியலில் இந்த பின்னடைவு தற்காலிகமாகவே இருந்தது. அதே நாளில ஸ்காட்லாந்தின் வடக்கே டண்டித் தொகுதியில் போட்டியிட அழைப்பு வந்தது. அங்கு போட்டியிட்டு ஏழாயிரம் வாக்குகள் வித்தியாசத்தில் வெற்றி பெற்று, தொடர்ந்து மீண்டு ஈராண்டு காலம் வர்த்தகப் பிரிவு தலைவராகத் தொடர்ந்தார்.

உழைக்கும் தொழிலாளர் உயர்வுக்கு வழிவகுக்கும் வகையில் குறைந்த வேலை நேரம், கல்வி வசதி, ஓய்வு முதலியவைகளை முன்னிறுத்தி திட்டங்களை வகுத்தார். இலண்டன் துறைமுகக் கழகம் (Port of London Authority) நிறுவ சட்டமும், போராடி தீர்க்கும் பிரச்சனை களை கையாண்டு பல பிரச்சனைகளைத் தீர்த்தார்.

1908-ஆம் ஆண்டு கர்னல் ஸோஷியர் - பிளான்றே ஸோஷியர் தம்பதி களின் மகளான மேரி கிளாஸ்டன் அவர்கள் மணம் முடித்தார். இத் திருமணம் இருபதாம் நூற்றாண்டின் அகில இங்கிலாந்திலும் நடைபெற்ற திருமணங்களில் மிகச் சிறந்த வெற்றித் திருமணமாக பதிவு செய்யப் பட்டுள்ளது.

எதற்கும் முந்தும், விரைந்து செயல்படும் சர்ச்சில் திருமண வாழ்க்கையை முப்பத்தி நான்காம் வயது வரை தள்ளி வைத்தார். "1908ல் திருமணம் முடிந்த நான் இதுநாள் வரை மனைவியுடன் மகிழ்ச்சியுடனே வாழ்கிறேன்" - என இருபத்திரெண்டாண்டுகள் கழித்து தனது வாழ்க்கை வரலாற்றில் பதிவு செய்கிறார்.

அவரது அரசியல் வாழ்க்கையில் அவர் சந்திக்கும் மேடு பள்ளங்களை, இன்பத் துன்பங்களை இல்லத்தரசி மேரி கிளாட்ஸ்டன் கணவரின் அரசியல் வாழ்வுக்கு தூண் போல் நின்று உதவினார்.

அவள் படைத்த இல்லற வாழ்வியலில் புயல் அடித்தபோதும் எந்தச் சூழலிலும் அவருக்கு பக்கபலமாய் நின்று உதவினார்.

வின்ஸ்டன் சர்ச்சில் 1901 முதல் 1911-ஆம் ஆண்டு வரை மிகத் தீவிரமான அரசியலில் பணியாற்றினார். பாராளுமன்றத்திலும் வெளியூரிலும் அவருக்கு எதிரிகள் தோன்றினாலும் அவரது ஆற்றலும் உழைப்பும் பதவி மேல் பதவியும் பொறுப்புகளை ஏற்க வேண்டிய சுமைகள் அவரைச் சூழ்ந்தன.

இங்கிலாந்தில் லிப்ரல் கொள்கைகளை வளர்த்தெடுப்பதில் இரு பெரும் தலைவர்களான ஜார்ஜ் மோர்லி, லாயிட் ஜார்ஜ் இருவரும் அவருக்கு துணை நின்றனர்.

சர்ச்சில் பாராளுமன்றத்தின் முதல் உரை தொடங்கி இந்த இருவரும் நண்பர்களாய் அவருடன் பயணித்தனர். தொடர்ந்து இவர்களின் நட்பு நாற்பதாண்டுகள் நீடித்தது.

20-ஆம் நூற்றாண்டின் தொடக்கத்தில் இங்கிலாந்தில் சீர்திருத்தக் கொள்கைகள் முன்னேற்றப் பாதையை அடியெடுக்கத் தொடங்கின. 20 ஆண்டுகள் பதவியில் இருந்த லிப்ரல்கள் இதனை முன்னெடுத்துச் சென்றனர்.

லிப்ரல்கள் சார்பில் சர்ச்சில் சீர்திருத்தக் கொள்கைகளை பிரச்சாரம் செய்து வந்தார். "எல்லோரும் சமநிலையில் இருக்க வேண்டுமென்பது எங்கள் நோக்கமில்லை. ஆயினும் நாட்டு மக்கள் யாவரும் ஓரளவு அடிப்படை வசதிகளை பெறும் அளவுக்கு பொருள் படைத்தவர்கள் தியாகம் செய்ய வேண்டும் என்பதே எங்களின் கொள்கை" என வலியுறுத்தினார்.

பிரபுக்களும், லிப்ரல்களும் எதிர் எதிர் நிலையில் நின்றனர். மக்களின் வரவு செலவு திட்டங்கள் கடுமையாக விமர்சிக்கப்பட்டன. மரபுகளுக்கு ஆதரவாக டோரிகளும் அவர்களுக்குப் பின் அணிவகுத்தனர்.

இந்நிலையில் பொதுத் தேர்தல் அறிவிக்கப்பட்டது. லிப்ரல்கள் வெற்றி பெற்றனர். மக்களின் வரவு செலவு திட்டத்தை புறக்கணிக்க எதிர் கட்சிகள் முயன்றும் நல்லெண்ணம் கொண்ட பெருமக்கள் சமரச ஏற்பாடுகளை மேற்கொள்ளவே மசோதா நிறைவேற்றப்பட்டது. பிரபுக்கள் ரத்து அதிகாரத்தை இழந்தன.

வின்ஸ்டன் சர்ச்சில் தம்மை இங்கிலாந்தின் ஏழைகள் நலத்தில் அக்கறைக் கொண்ட பேரரசுவாதி என்று கூறினார். "ஒடுக்கப்பட்டவர்

களின் வாழ்க்கைத் தரம் உயரவும், அவர்கள் வாழ்வு பெறவும் எனது உயிரையும் கொடுப்பேன், இதற்காகவே நான் சம்பளம் பெறுகிறேன்" என வலியுறுத்திக் கூறினார்.

சமூக சீர்திருத்தம், ஓய்வூதியம், ஈட்டுறுதி, பள்ளி உணவுக் கொள்கைகள் போன்ற சீர்திருத்தச் சட்டங்கள் இயற்றப்பட்டன. இவைகளை கன்சர்வேட்டிவ் கட்சி கடுமையாக எதிர்த்தாலும் அவரது செயல்பாடு முன்னேற்றமே கண்டது. அதனால் அவர் மீது மதிப்பும், மரியாதையும், பதவி உயர்வும் தேடி வந்தது.

1910-ஆம் ஆண்டு பிரதமர் ஆஸ்குவிட், அயர்லாந்த் நாட்டு அமைச்சராக பதவி ஏற்றுக் கொள்ளுமாறு கேட்டும், அதனை நிராகரித்து உள்துறை அமைச்சராக பதவி ஏற்றுக் கொண்டார். ஒரு குழந்தைக்கும் தந்தையாகவும் ஆகி விட்டார்.

சர்ச்சில் பதவி ஏற்றதும் சந்தித்த முதல் பிரச்சினை, நிலக்கரித் தொழிலாளர்களின் வேலை நிறுத்தம். அது கலவரமாக மாறி ராணுவத்தை அழைக்க வேண்டிய நிலைக்குத் தள்ளப்பட்டார்.

ஆயினும் சர்ச்சிலின் முன் எடுப்பின் காரணமாக அனுப்பப்பட்ட காவலர் படை இரத்தம் சிந்தாமல் தடுக்கப்பட்டது. சுரங்கத் தொழிலாளர்களின் வேலை நிறுத்தத்தை அடக்கியதோடு மறை நிறைவு கொள்ளாமல் அவர்களின் முன்னேற்றத்துக்கு பாடுபட்டார்.

நிலக்கரிச் சுரங்க பாதுகாப்பு சட்டங்கள் இயற்றப்பட்டன. அதில் பதினான்கு வயதுக்குட்பட்ட சிறார்கள் பணியில் அமர்த்துவதை நிறுத்த வழிவகை செய்தார்.

ஆயினும் சுரங்கத் தொழிலாளர்கள், ரயில்வேத் தொழிலாளர்கள் வேலை நிறுத்தம் தொடர்ந்தன.

உள்துறை அமைச்சராக சர்ச்சில் பதவியேற்றபின் சந்தித்த சுவாரஸ்யமான நிகழ்வுகள் பல.

இலண்டன் நகரின் கிழக்கு முனையில் இருந்த சிட்னி வீதியில் கொள்ளையடிக்க முயன்ற சில வெளிநாட்டு குந்தகைத் தாரர்கள் சில காவலர்களை கொன்றும், வீதியில் ஒரு வீட்டில் புகுந்தும் ஒளிந்து கொண்டு துப்பாக்கிச் சூடு நடத்தினர்.

இந்தச் செய்தி சர்ச்சிலுக்கு தெரிவிக்கப்பட்டபோது சர்ச்சில் அப்போது குளித்துக் கொண்டிருந்தார்.

பெரும்பாலும் சில முடிவுகளை சர்ச்சில் குளியல் அறையில் தான் முடிவெடுப்பாராம். அப்போது ராணுவத்தை பயன்படுத்த லண்டன் நகரத்தின் காவல் படை தலைவர் அவரிடம் அனுமதி கோரினார்.

ஈரத் துவளையுடன் இருந்த சர்ச்சில் துப்பாக்கிச் சூட்டைப் பொருட்படுத்தாமல் குந்தகம் விளைவிப்போரை பணிய வைக்க அதிரடி நடவடிக்கையில் இறங்கினார். உடனே வீதியில் இறங்கி கலகக்காரர்களுக்கு எதிரான நடவடிக்கையில் ஈடுபட்டார்.

சர்ச்சில் சிட்னி வீதியில் இறங்கி கலகக்காரர்களுக்கு எதிராக பிறப்பித்த ஆணைகள், செயல்பாடுகள் புகைப்படங்களில் வெளியாகி இலண்டன் பத்திரிகைகளில் செய்தியாகி மக்களின் கவனத்தை ஈர்த்தன.

சிட்னி வீதியில் நூறாம் எண் இல்லம் தீப்பிடித்துக் கொண்டபோது அது மேலும் பரவாமல் தடுக்க நடவடிக்கைகளில் இறங்கினார். இதனால் இரு கொள்ளையர்கள் தீயில் சிக்கி மாண்டனர்.

சிட்னி வீதி சலசலப்பும் முடிவுற்ற நிலையில் 1911-ஆம் ஆண்டு ஆகஸ்டு மாதத்தில் ரயில்வே தொழிலாளர்கள் வேலை நிறுத்தம் நடை பெற்றது. தொழிலாளர்களின் கோரிக்கை நியாயமாகவே சர்ச்சிலுக்கு தோன்றியது.

ரெயில் வழிகளில் நாச வேலைகளில் ஈடுபடாமல் இருக்க களத்தில் இறங்கினார். ரெயில் நிலையங்களிலும், ரயில் பெட்டிகளில் சேதம் ஏற்படாமல் இருக்க ராணுவத்தை நிறுத்தி எடுத்த நடவடிக்கைகள் பெருத்த ஆபத்து நிகழாவண்ணம் தடுக்கப்பட்டது. இதனால் கிளர்ச்சிகள் ஊடுருவாமல் தடுக்கப்பட்டதும், சிலர் பலியானதும், துரத்தியடிக்கப் பட்டதும் அவரது திறமையை கண்டு வியந்தனர்.

1906 முதல் 1914-ஆம் ஆண்டு வரை லிப்ரல் கட்சியின் உயர் செயல் திட்டங்களும், சீர்த்திருத்தமும் மக்களால் வரவேற்கப்பட்டன. இதில் 1911-ஆம் ஆண்டு அரசியல், சமூக, பொருளாதார அமைப்புகளில் பல புரட்சிகரமான திட்டங்களால் நாட்டில் பொது நலம் நிலைநாட்டப் பட்டது.

பன்னாட்டு அரங்குகளில் சர்சதேச கூட்டணிகளும், இரகசிய உடன்பாடுகளும் நிகழ்ந்தது. வரவிருக்கும் பேராபத்தை எதிர்நோக்கியும் நின்றது.

சர்ச்சில் உள்துறை அமைச்சராக, இருந்த காலத்தில் முதல் உலகப் போரில் அபாய அறிவிப்புகளை கண்டுணர்ந்தார்.

ஜெர்மனியின் ஆக்ரமிப்புத் திட்டங்கள் வெளிப்படையாகத் தெரிந்தன. அதன் படைபலமும் பெருகியது.

1904-ஆம் ஆண்டிலேயே இந்த அபாயத்தை உணர்ந்த பிரிட்டனும் பிரான்சும் நேச உடன்படிக்கையை மேற்கொண்டன.

1911-ஆம் ஆண்டு ஆகஸ்டில் ஜெர்மன் மொராக்காவிலுள்ள அகதிர் துறைமுகத்துக்க 'பாந்தர்' என்ற போர்க் கப்பலை அனுப்பியது, முதல் உலகப் போருக்கான அபாயச் சங்கை ஊதியது.

அகதிர் சிக்கல் சர்ச்சிலின் மனப்போக்கில் மாறுதலை உண்டாக்கியது. அவரது கூர்மூளை உடனடியாக செயல்பட்டது.

பிரிட்டன் போருக்குத் தயாராக இருக்க வேண்டும் என்பது அவசர நடவடிக்கையாக இருந்தது. உள்துறை அமைச்சர் என்ற வகையில் கப்பற்படையையும் அதன் தளவாடங்களையும் பாதுகாப்பு அளிப்பதன் அவசியத்தை உணர்ந்தார்.

வின்செண்ட் சர்ச்சில் ஸ்காட்லாந்து பிரதமர் ஆங்குவித் ஆல்டனை யும் தனியாகவும் அமைச்சர்களுடன் சந்தித்து பேச்சு வார்த்தை நடத்தினார்.

ஜெர்மன் பிரிட்டனை தாக்குகின்ற நெருக்கடி நிலை ஏற்படுமானால் தயாராக இருக்கும் வகையில் பிரிட்டிஷ் அரசு கடற்படையை உருவாக்கு கின்ற குறிப்பிட்ட ஆணையை சர்ச்சிலுக்கு வழங்கியது.

பாதுகாப்பு அமைச்சகத்தில் ஆல்டன் உருவாக்கியிருந்த பணியாளர் கள் போல் கடற்படைத் துறையிலும் நிறுவ சர்ச்சில் விரும்பினார். விரைவில் ஒயிட்அவுஸில் புதியதொரு கடற்படைக் குழு அமைக்கப் பட்டது.

சர்ச்சில் ஜெர்மனியின் போர் அபாயத்தை நன்கறிந்து செயல்படத்

தொடங்கினார். வடகடலின் வரைபடங்கள் தயாராகின. ஜெர்மன் கப்பல் படையின் நடமாட்டங்கள் அடையாளப்படுத்தப்பட்டன.

அவரது வீடும், அலுவலகமும் கடற்படையைச் சேர்ந்த ஓர் அவரது உல்லாச படகுக்கே மாற்றப்பட்டன. கடற்படைப் பணிகளை அங்கிருந்தே செயலாற்றினார்.

1914-ஆம் ஆண்டு முதல் உலகப் போர் மூண்டது. இடைப்பட்ட மூன்றாண்டுகள் முழு மூச்சுடன் கடற்படையை சீரமைப்பதும், வலுப் படுத்தும் காரியங்களில் செயலாற்றினர்.

ஜெர்மன் பிரிட்டிஷ் கடற்படை நிகராக பெரும் முயற்சிகளை மேற்கொண்டாலும் 1912-ஆம் ஆண்டில் கிளைட்சைட் என்ற பகுதியில் சர்ச்சில் கப்பற் படையினரிடையே உரையாற்றும் போது, 'பிரிட்டன் தனது கடலாதிக்கத்தை என்றும் விட்டுக் கொடுக்க தயாராக இல்லை' என ஜெர்மனுக்கும் எச்சரிக்கை விடுக்கும் வகையில் பேசினார்.

சர்ச்சில் போர் முயற்சிகளுடன் மனநிறைவு பெறவில்லை. அதே சமயம் போரை தவிர்க்கின்ற முயற்சியிலும் மறுமுனையில் இறங்கினார்.

ஆயினும் ஜெர்மனின் கெய்சர்-க்கு இதனில் உடன்பாடில்லை. அவர் போர் முரசு ஒலித்த நேரத்தில் பிரிட்டனின் அரசியல் விவாதங்கள் அயர்லாந்தில் அலசப்பட்டன.

அரசியல் தலைவர்களின் தவறுகளாலும், பகைமையாலும் அயல் நாட்டில் உள்நாட்டு கலகம் மூளும் நிலை ஒரு பக்கம் நிகழ்ந்தது.

அயர்லாந்தில் அரசியல் கொந்தளிப்பு அதிகமானது. கர்சன் பிரபு படை திரட்டினார். அயர்லாந்தை பிரித்து கொடுத்தால் பிரிட்டனிலிருந்து விலகி ஜெர்மனியுடன் இணைந்து விடுவதாகவும் மிரட்டினார்.

கர்சனின் படை நூறாயிரம் படைகளுடன் போருக்குத் தயாரானது. எதிரிகள் லார்ன், டொனாக்கேடி துறைமுகங்களை கைப்பற்றினர். வடகிழக்கு அயர்லாந்தில் ஏராளமான வெடி மருந்துகளும், தளவாடங் களும் பதுக்கப்பட்டன.

கப்பல் துறை அமைச்சர் என்ற முறையில் சர்ச்சில் தயாராக ஸ்காட்லாந்த் கடற்கரைக்கும் போர்க் கப்பல்களை அனுப்பி வைத்தார். தொடர்ந்து 'பிக்பென்' கடிகாரம் நள்ளிரவு காட்டியது. பிரிட்டனின்

எச்சரிக்கை கெடு முடிவடைந்தது. போர்த் தந்திகள் பிரிட்டிஷ் கடற்படைக்கு அனுப்பப்பட்டன. இதனை அமைச்சரவைக்கு அனுப்ப சர்ச்சில் டவுனிங் வீதியில் நடந்தவாறு செயலாற்றினார்.

இந்நாட்களில் சர்ச்சில் இரு பெரும் கடமைகளில் செயலாற்ற வேண்டியிருந்தது. ஒன்று கடற்படையைத் திரட்டித் தயாராக வைத்திருப்பது. அடுத்து, தேவைப்படுமானால் பிரான்சுடன் ஒப்பந்த நிபந்தனைகள் நிறைவேற்றுவதை ஆதரித்து அமைச்சரவையை இயக்குவது.

இதனினுடே ஜெர்மன் ருஷ்யா மீது போர்த் தொடுக்க வெளிநாட்டு தூதரகத்துக்கு செய்தியை அனுப்பியது.

உடனே, சர்ச்சில் பிரதமரைச் சந்தித்து அமைச்சரவையின் பதிலுக்கு காத்திருக்காமல் படைத் திரட்டப் போவதாக அறிவித்தார். அதற்கான பொறுப்பை தாமே ஏற்றுக் கொள்வதாகவும் கூறினார்.

எந்தவித சட்டப் பாதுகாப்பின்றி கையெழுத்திட்ட அரசரின் ஆணையுமின்றி சர்ச்சில் படைகுவிக்க உத்தரவிட்டார்.

இருபத்தி நான்கு மணி நேரத்திற்குப் பின்னர் அரசியலமைப்புக்கு முரணாக சில மணி நேரங்களில் பிரிட்டனும் போர் களத்தில் இறங்கியது.

முதல் உலக யுத்தம்

1914-ஆம் ஆண்டு ஆகஸ்ட் மாதம் முதல் பெரும் யுத்தம் நடக்கும் போது வின்செண்ட் சர்ச்சிலுக்கு வயது நாற்பது தான்.

சர்ச்சிலின் படைபலத்தைப் போரின் விளைவுகள் கணிக்கப்பட்டன. ஏனெனில், பிரிட்டிஷ் கப்பற்படை வீழ்ந்தால் பிரிட்டனும் விழும். அது வென்றாலே பிரிட்டன் வெல்லும்.

'நாமன் ஏன்ஜெல்' என்பவர் அப்போது எழுதிய 'த கிரேட் இல்யூஷன்' என்ற நூலில் பிரிட்டன் வென்றாலும் தோற்றாலும் பொருளாதார அழிவுதான் ஏற்படும் என்று எச்சரித்தார்.

பிரிட்டனிலும் ஆளும் வர்க்கத்தினர், பேராசிரியர் மாணவர்கள், மருத்துவர்,

வழக்கறிஞர் ஆகியோர் ஜெர்மானியருடன் கணக்குத் தீர்க்கும் நாளை எதிர்பார்த்துக் கொண்டிருந்தனர்.

சர்ச்சில் பிரிட்டிஷ் கடற்படையைக் களத்தில் இறக்கத் தயாராக வைத்திருந்து, ஜெர்மன் கப்பலான 'கோபனை' மூழ்கடிக்கவும், புகை மண்டிய போர்க்களத்தில் பிரிட்டிஷ் வெற்றிக் கொடி பறக்கவும் கடல் வெற்றி நாயகனாகத் திகழ்ந்தார்.

உலகமெங்கும் புகழ் பெற்ற பிரிட்டிஷ் கடற்படை பாதுகாப்புச் சக்திகளில் முன்னணியில் நின்ற பெருமை முழுக்க முழுக்க சர்ச்சிலையே சேரும்.

1914களில் நேச நாட்டுப் படைகளுக்கு ஜெர்மனி மிகுந்த தொல்லை கொடுத்தது. ஜெர்மன் போர்க் கப்பல்கள் பிரிட்டிஷ் கப்பற்படைக்கு பெரும் தீங்கை விளைவித்தன. எனினும் சர்ச்சிலின் முயற்சியால் பிரிட்டிஷ் கப்பல் படை கடலாதிக்கம் கொண்டிருந்தது. மிகக் குறுகிய காலத்திலேயே ஜெர்மனிய கப்பல் படைகளை விரட்டியடித்தது பிரிட்டிஷ் கப்பல்கள்.

முதல் யுத்தக் காலத்தில் பிரிட்டிஷின் பாதுகாப்பின் மூன்றாவது அங்கமாக விளங்கிய விமானப் படையை உருவாக்குவதில் சர்ச்சிலின் செயல்பாடுகள் இங்கு கவனிக்கத்தக்கது.

கப்பல்களுக்கு எண்ணெய் எரிபொருள்களையும், அகழிகளுக்கு கவச வண்டிகளையும், ஆகாய விமானங்களையும், நாட்டின் பாதுகாப்பின் முப்பெரும் ஆகாய விமானங்களையும் மேம்படுத்தவும், வளப்படுத்தவும் அக்கறைச் செலுத்தி அதில் வெற்றியும் கண்டார். அப்போதுதான் ஆகாய விமானங்கள் வடிவமைக்கப்பட்டு பயன்பாட்டுக்கு வந்ததும் குறிப்பிடத் தக்கது.

விமானப் பணியை தனி நிர்வாகத்தின் கீழ் கொணர்ந்து அதற்கான தகுதியையும் வளப்படுத்திய பெருமை சர்ச்சிலையே சேரும். தனி அமைச்சகம் அமைத்தும், கர்சன் பிரபுவின் தலைமையில் விமானக் கழகமும் நிறுவப்பட்டது.

நாட்டின் பாதுகாப்புக்கு விமானப் படையின் அவசியத்தை நன்குணர்ந்த சர்ச்சில், ராயல் கடற்படை, விமானப்படை தனி

அமைப்பாக உருவானது. விமானப்படையை உள்நாட்டு பாது காப்புக்கும் பயன்படுத்திக் கொண்டார்.

இதனின் செயல்பாடுகளை அடிக்கடி சென்று பார்வையிட்டார். எதிரிகளின் தடைகளைக் கடப்பதற்கு மோட்டார்களை சுமந்துச் செல்லும் தூக்குப் பாலங்களை வடிவமைக்கச் செய்தார். இது 'டாங்குகள்' என்ற கவச வண்டி பிறந்த கதை எனலாம்.

இலண்டனிலிருந்து டன்கிர்க் சென்று கொண்டிருந்த சர்ச்சில் உடனே திருப்பியழைக்கப்பட்டு, பிரிட்டிஷ் தளவாடங்கள் ஆன்ட் வெர்ப் பகுதி வரை சென்றடையும் வரை உடன் பயணிக்கக் கோரினர். அவர்களுக்கு மூன்று நாட்களுக்கு போராட வேண்டிய அவசியத்தை உணரச் செய்தார்.

சர்ச்சிலை கோலாகலமாக வரவேற்ற பெல்ஜிய மக்கள் சர்ச்சிலின் வீரமிக்க உரைகளினால் ஊக்கம் பெற்றனர். தமது கடற்படைத் துறைத் தலைமையையும் துறந்து பிரிட்டிஷ் படைக்கு தலைமைத் தாங்கவும் முன் நின்றார்.

சர்ச்சிலுக்கு சக்தி பிறந்தது. போர் என்பது அவரது ரத்த நாளத்தில் ஓடும் உணர்வானது. பெல்ஜிய அரசரும், அமைச்சர்களும், வீரர்களும் அவருக்கு கட்டுப்பட்டனர்.

சர்ச்சிலின் கீழ் 20,000 வீரர்கள் இருந்தனர். அவருக்குத் துணையாக 800 வீரர்களைக் கொண்ட பிரிட்டிஷ் இளைஞர்கள் இருந்தனர்.

தமக்கு கீழிருந்த படைகளை நெப்போலியனைப் போல் தலைமை யேற்று நடத்தினார். இது குறித்து அவருக்கு எதிரான விமர்சனங்களும் எழுந்தன. அதனை புறந்தள்ளினார்.

"தம்மை கப்பற்படைப் பொறுப்பிலிருந்து விடுவித்து, ராணுவப் பணிக்கு அனுப்புமாறு அரசியல் வாழ்வு தனக்கு ஒரு பொருட்டன்றும் போரில் பெறக் கூடிய புகழுக்கு முன்னால் அது பெரிதல்ல" என்றும் தன் குறிப்பேட்டில் பதிவு செய்கிறார்.

இதே பாணியை இரண்டாம் யுத்த காலத்திலும் பிரான்சை ஜெர்மனி தாக்கியபோது சர்ச்சில் ஆற்றிய அரும்பணிகளின் முக்கியத்துவத்தை கோடிட்டு காட்டுகிறது.

ஜெர்மன் கடற்படையின் போர்க் கப்பல்கள் முற்றாக அழித் தொழிக்கப்பட்டன. "ஜெர்மன் கடற்படை வெளியே வராவிட்டால் வளைகளிலிருந்து எலிகளை வெளியேற்றுவது போல் அவைகளை வெளியேற்றுவோம்" என சூளுரைத்தார்.

பிரிட்டிஷ் படைகள் வெல்லும் போதெல்லாம் அவருக்குப் புகழ் மாலை பின் வாங்கினால் வசைமாலை. அவரோ அசையாத மலைபோல் அன்றாட பணிகளை கடமையுணர்ச்சியுடன் செயலாற்றினார்.

◆

சர்ச்சிலின் வாழ்வியலில் டார்னலசும் (Dardanelles), காலிபோலி (Gallipoli) என்ற இந்த இரு பெயர்களும் எண்ண முடியாத வீரத்தையும் நம்ப முடியாத மனிதத் தவறுகளையும் குறிக்கும் சொற்களாக அவருக்கு ஏற்பட்டிருந்தன.

'மழை விட்டும் தூவானம் விடவில்லை' என்பது போல் முதல் உலக போர் காலத்தில் பிரிட்டிஷ் அரசியலின் கட்சிப் பூசல்கள் வெளிப்படை யாக அழிந்து விட்டதாகத் தோன்றினாலும் பகையுணர்ச்சிகளும் இழிவான விஷமச் செயல்களும் புதரில் பதுங்கிய பாம்பைப் போல் திரை மறைவில் வாழ்ந்த கொண்டிருந்தார் சர்ச்சில் அரசியலில்.

இந்நிலையில் தான் சர்ச்சில் துணிச்சலான முடிவெடுத்தார். அதுவே பின்னாளில் அவரது வீழச்சிக்கும் காரணமானது. தனக்குத் துணையாக எழுபத்தி நான்கு வயதான தனது வழிகாட்டியாய் கருதிய பிஷர் பிரபுவை அழைத்து கடற்படை தளபதி ஆக்கினார்.

'வேலியில் போகின்ற ஓணானை மடியில் கட்டிக் கொண்ட' கதையாக ஆனது, இவரது இந்தச் செயல்.

பிஷர் பிரபு வயதானாலும் இளைஞனுக்குரிய ஊக்கமும், ஆற்றலும் செயலாண்மையும் கொண்டு பல சீர்திருத்தங்களை மேற்கொண்டவர்.

ஆனால் பிஷரின் சொந்தக் கருத்துகளும், அசைக்க முடியாத உறுதி பாடுகளும் கடற்படைத் துறையில் அமைச்சகத்தில் அசைக்க முடியாத உறுதிப்பாடுகளும் அவருக்கு பல எதிரிகளை உருவாக்கின. ஆயினும் சர்ச்சிலும், பிஷரும் ஒன்றுபட்டு இரட்டையர் போல் செயலாற்றினர்.

1915-ஆம் ஆண்டில் மே மாதத்தில் அரசியல் நெருக்கடி நிலவியது. இங்கிலாந்தின் மேற்கு முனையில் போர்த் தளவாடங்களின் பற்றாக்குறை பயமுறுத்தியது. காலிப் போலியில் முன்னேற்றம் ஏற்படவில்லை. கப்பற்படையில் குழப்பம் மேலோங்கியது. பிஷர், சர்ச்சில் சச்சரவு முற்றியது.

கடற்படையைக் கட்டுப்படுத்த வேண்டியது சர்ச்சிலா, பிஷரா என்ற பிரச்சனை டார்டனல்ஸ் விவகாரத்துடன் உச்சக்கட்டத்தை அடைந்தது.

மே திங்கள் 14-ஆம் நாளில் கூடிய போர் ஆலோசனைக் குழுவில் ‘தமக்கு ஆரம்பத்திலிருந்தே டார்டனல்ஸ் நடவடிக்கைகள் உடன்பாடில்லை’ என்று பிஷர் கூற, இந்தக் கூற்று சர்ச்சிலுக்கு அதிர்ச்சியாக இருந்தது.

அன்று மாலை பிஷரை சந்தித்து சமாதான முயற்சியில் சர்ச்சில் ஈடுபட்டார். சந்திப்பு நல்ல முறையிலேயே நடைபெற்றது. ஆயினும் மறு நாளே பிஷர் தனது பதவியை ராஜினாமா செய்தார். இது அவருக்கு வியப்பையும், ஆச்சர்யத்தையும் ஏற்படுத்தின.

பிஷர் தனது ராஜினாமா கடிதத்தில், வின்ஸ்டன் சர்ச்சிலின் கொள்கைகளை குறை கூறினார். தாம் இனி சர்ச்சிலுடன் பணிபுரிய முடியாதென்றும், உடனே ஸ்காட்லாந்துக்கும் செல்வதாகவும் குறிப்பிட்டார். அதன் நகலை சர்ச்சிலுக்கும் அனுப்பினார். சர்ச்சில் அவரை காண விரும்பியும் அதனை மறுத்தார் பிஷர்.

பிஷரின் ராஜினாமா பிரச்சனையில் அக்கறை கொண்டிருந்தவர்கள் அரசினர் மட்டுமல்லர். டார்டனல்ஸ் நடவடிக்கைகள் மேற்கொள்ளப் பட்ட நிலையிலேயே பாராளுமன்ற உறுப்பினர்கள் பலருக்கு பிஷரிட மிருந்து கடிதங்கள் வந்தன. வழக்கம்போல் கடுமையான சொற்களில் டார்டனல்ஸ் திட்டம் குறித்து கண்டனம் செய்யப்பட்டது.

பிஷருக்கு உள் நோக்கம் ஒன்று இருந்தது. அதற்கு அரசியல் தலைவர் களின் ஆதரவை நாடினார். ‘லிப்ரல் அமைச்சரவை கவிழ வேண்டும். புதிய அரசாங்கம் தன்னையே கடற்படைத் தலைவராக ஆக்க வேண்டும்’ என்ற கருத்தாக்கத்தில் நிலையாய் நின்றார்.

இந்நிலையில் சர்ச்சில் அடுத்த நடவடிக்கையாக சர் ஆப்தர் வில்சனை கடற்படைத் துறைக்கு கொண்டு வர முயற்சித்தார். அந்நேரத்தில்

கன்சர்வேட்டிவ் கட்சியினர் அவரையே நீக்க வேலைகளில் இறங்கியது.

சர்ச்சிலை குடியேற்ற நாடுகளின் அமைச்சகத்திற்கு மாற்றவும் யோசனைகள் தெரிவிக்கப்பட்டன. இதற்குள் ஜெர்மன் கடற்படைகள் பெருங்கடலில் தலைகாட்டி இருப்பதாகவும் அவை முன்னேறக் கூடும் என்ற செய்திகள் வர தமது பணியாற்றப் புறப்பட்டார்.

கடற்படை தளங்களுக்கும், போர்க் கப்பல்கள் தயாராக இருக்கவும் பம்பரம் போல் இயங்கி செயல்பட்டார் சர்ச்சில். இந்நிலையிலும் கன்சர்வேட்டிவ்கள் அவரை நீக்க ஒருபுறம் முயற்சித்துக் கொண்டிருந்தனர்.

சர்ச்சில் வீழ்ச்சியின் விதைக்கு வித்திட்ட அதற்கான செயல்களில் ஈடுபட்டவர்கள் 'கெடுவான் கேடு நினைப்பான்' என்ற வகையில் பிஷரின் நிலையும் ஆனது.

சர்ச்சில் - பிஷர் பிரச்சனையில் முதல் கூட்டு அமைச்சரவை பதவி ஏற்றது.

சர்ச்சில் மனமுடைந்தார். 'அரசியல் சூழ்ச்சிகளுக்கு பலியாகி விட்டதாக' விரக்தியோடு கூறினார். இதனை கேட்ட ரிடெல் பிரபு "நாற்பதாவது வயதில் உம்மை யாரும் அழிக்க முடியாது. உமது அரிய ஆற்றல்களுக்கு அழிவென்பதே கிடையாது" என்றாராம்.

◆

பதவி மாற்றம்

சர்ச்சிலின் வாழ்க்கையில் விதியின் விளையாட்டு ஒரு புறம் இருந்தாலும் புண்பட்ட உள்ளத்துக்கு சில ஆறுதலான வார்த்தைகளும் அவருக்குக் கிடைத்தன.

சர்ச்சிலின் ஆப்த நண்பரும், முதல் கடற்படை தளபதியான ஆர்தர் வில்சன், "உன்னிடமிருந்து யாருமே எடுத்துக் கொள்ள முடியாத பெருமை ஒன்றுண்டு. நீர் பிரிட்டனை ஆபத்தான சூழ்நிலையில் அதன் கடற்படையை வலுவாக வைத்திருந்ததுதான் உனது வெற்றியின் அடையாளம்" என்றார்.

போர் முனையில் நடப்பவற்றை அறிந்தாலும் அவற்றை கட்டுப் படுத்தும் சக்தி அவருக்கு இல்லை.

கடற்படை தளத்திலிருந்து திடீரென வேலை பளுவற்ற துறைக்கு மாற்றப்பட்டதால் அவருக்கு ஓய்வு கிடைத்தது. ஓய்வுடன் சோம்பிக் கிடப்பது அவரது இயல்புக்கு ஒத்து வரவில்லை.

ஒருநாள் ஒரு பெண் ஓவியம் வரைந்துக் கொண்டிருந்தாள். அதனைக் கண்ட அவர் 'தாமும் ஏன் ஓவியம் வரையக் கூடாது?' என எண்ணினார்.

எண்ணியதை செயலாற்றும் நேரமும் வந்தது. ஒரு ஞாயிற்றுக் கிழமை. அவருடைய குழந்தைகளின் வண்ண குழம்புகளை கொண்டு ஓவியம் தீட்டும் முதல் முயற்சியில் ஈடுபட்டார்.

ஓவியம் வரையும் ஆற்றலும், திறமையும் உள்ளதென கண்டு உணர்ந்து அவருக்கு எண்ணெய்களும், தூரிகைகளும் பிற பொருள்களும் தருவிக்கப்பட்டன.

இவரது ஓவியத் திறமைக்கு லாவாரி சீமாட்டி துணைபுரிந்தார். அவரது நடைமுறைப் பாடம் அவருக்குத் துணையாய் நின்றது. 'துணிவே ஓவியக் கலைக்கு சிறந்த துணை' என உணர்ந்து தொடர்ந்து வண்ண ஓவியங்களை தீட்டி அனைவரின் பாராட்டையும் பெற்றார்.

1916-ஆம் ஆண்டில் சர்ச்சில் மீண்டும் காமன்ஸ் அவைக்குத் திரும்பினார். அவரது தீவிரப் போர்ப் பணி முடிவுற்றதும் அரசியலுக்குத் திரும்பி பொதுப் பணியைத் தொடர்ந்தார்.

இந்த நெருக்கடியான நேரத்தில்தான் உண்மையான நாட்டுப்பற்றும், ஆற்றலும், அறிவும் பெற்ற அவர் திரும்பி நாட்டை நல்வழி நடத்த அவரது நண்பர்களும் விரும்பினர்.

சர்ச்சிலின் திறமையை யாரும் மறைக்கவோ மறுக்கவோ முடியாது. தாய்நாடு திரும்பி அரசியலில் மாற்றத்தை பேண முடிவெடுத்தார். அவரது சகாக்கள் எட்வர்ட் சார்சன், சர் எட்லர்ட், சர் ஆர்தா மார்க்சூம் மான் செஸ்ட் கார்டியன் ஆசிரியர் சி.பி. ஸ்காட் போன்ற எதிர்கட்சித் தலைவர் களும், பக்தர்களும், சர்ச்சிலின் தேவை நாட்டுக்குத் தேவை என அழைப்பு விடுத்தனர்.

மேலும் நாடு திரும்பிய நிலையில் ஓய்வு நேரத்தில் 'ஐலேண்ட் கடற்போர்' குறித்த விவரங்களை நூல் வடிவத்தில் கொண்டு வந்தார்.

மீண்டும் அமைச்சரவையில் இடம் பிடிக்க சிறிது காலம் ஆனது.

1917-ருஷ்யாவில் புரட்சி வெடித்து ஆஹாவென யுகப் புரட்சி தோன்றி புதிய அரசின் சீர்திருத்தங்களும், லெனின், டிராஸ்கி தலைமையில் ஏற்பட்டன. லெனின் தலைமையிலான போல்ஸ்வீக்குகள் ஜெர்மனியுடன் போர் புரியாமல் சமாதான உடன்படிக்கைக்கு இணங்கி தொழிலாளர்களின் அரசை நிறுவுவதில் ஆர்வமும், அக்கறையும் கொண்டு செயலாற்றினார்.

1917 ஏப்ரலில் அமெரிக்க ஜனாதிபதி உட்ரோ வில்சன் ஜெர்மனிக்கு எதிராக போரில் குதிப்பதாக அறிவித்தது; பிரிட்டனிலும் புத்துணர்ச்சி பெருக்கெடுத்தது. உணவுக் கப்பல் போக்குவரத்து அமைச்சகம் நிறுவப் பட்டது. புதிதாக விமானங்கள் போரில் பயன்படுத்தப்பட்டன. வேளாண்மை தொழிலில் புதிய முயற்சிகள் கையாளப்பட்டன. அதே நேரத்தில் ராணுவத்தில் மந்த நிலையே நீடித்தது.

ஜூலையில் சர்ச்சில் போர்த்தளவாட அமைச்சராகப் பொறுப் பேற்றார். தொடக்கத்திலிருந்தே புதிய அமைச்சகத்தை நன்கு சீரமைத்து தமது நியமனத்தை சரியான திசை வழியில் கொண்டு சென்றார்.

பதவியேற்ற முதல் மாதத்திலேயே கடற்படையின் எஃகு இறக்குமதி களை அதிகப்படுத்தினார். அமெரிக்காவிலிருந்து எஃகை இறக்குமதி செய்ய வழிவகுத்தார். அந்நாட்டு அமைச்சர்களை சந்தித்துப் பேசினார். போர்த் தேவைகளுக்கு பீரங்கிப் படைக்கும் எஃகு அவசியம் என்று நன்குணர்ந்தான்.

1918-ல் 'மாஸ்கிற்றோ' என்ற டாங்கி படைகளுடன் வில்லர் காட்டரெஸ் என்ற இடத்தில் ஜெர்மன் படைகளுடன் மோதினார். ஜெர்மன் படைகள் சின்னாபின்னமாயின.

"மனிதர்களை பலியாக்குவதற்கு பதில் எஃகு கோட்டைகளை நட மாடவிடுவது சிறந்தது'' என்று சர்ச்சில் எண்ணியதால் பல்லாயிரக் கணக்கான பிரிட்டிஷ் வீரர்களின் உயிர்த் தப்பியது.

சர்ச்சிலின் டாங்குகள் நேசப் படைகளின் வெற்றிக்குத் தலையாய காரணம் என்பதை யாராலும் மறுக்க முடியாத அளவுக்கு செயலாற்றி னார்.

போரின் சாகசங்களை அனுபவிக்க விரும்பிய சர்ச்சிலுக்கு இது ஆறுதலைத் தந்தது. பிரதமர் லாயிட் ஜார்ஜூம் ஒத்துழைத்தது வெற்றிக்கு வித்திட்டது.

1918-ஆம் ஆண்டு நவம்பர் 11-ஆம் நாள் ‘சமரச நாளாக’ கொண்டாடப்பட்டது. சர்ச்சிலும் அவர் மனைவியும் பிரதமரின் இல்லத்திற்கு வாழ்த்தொலி முழங்க அழைத்துச் செல்லப்பட்டார்.

அவர் பிரதமருடன் உண்ண உரிமை பெற்றது, உலக நிகழ்ச்சிகளின் உச்சகட்டமாகும். தொடர்ந்து ஆற்ற வேண்டிய பணியோ தொடர்ந்து வந்து கொண்டிருந்தது.

✸

8

புயலுக்குப் பின் அமைதி

சர்ச்சிலைப் பொருத்தவரையில் முதல் உலகப் போர் நல்லதோர் அனுபவ மாக இருந்தது.

முப்பத்தொன்பதாம் வயதில் போரில் குதித்தார். நாட்டு பாதுகாப்பின் உயிர் போன்ற பகுதியை நிர்ணயிக்கும் பொறுப்பும் அவரிடம் இருந்தது. நாட்டின் பெருந்தலைவர் பட்டியலில் அவர் அப்போது அவர் இடம் பெற வில்லை. தனக்கு ஏற்பட்ட பின்னடைவு களை அனுபவப் பாடமாகவே ஏற்றுக் கொண்டார். இதனின் நடுவேதான் போர்த் தளவாட அமைச்சராக கீழ் நிலையிலேயே இருந்தார்.

போர்த் தளவாட அமைச்சகத்தில் விறுவிறுப்புக் குறைந்து விட்டதால்

சர்ச்சில் வேறு பொறுப்புகளை ஏற்க முயற்சித்தார். டண்டி தொகுதியில் தேர்தல் வந்தது. அதன் வாக்காளர்கள் சர்ச்சில் நிற்கும்பட்சத்தில் செல்சரை விசாரணை வளையத்துக்குள் கொண்டு வர கேட்டனர்.

1919-ஆம் ஆண்டு ஜனவரியில் போர் அமைச்சகப் பொறுப்பை ஏற்றுக் கொண்ட சர்ச்சில் ஆறு மாதத்தில் ஆறு மில்லியன் வீரர்கள் விடுதலைப் பெற்றார்கள். மேலும் போர்த்துறை அமைச்சர் என்ற முறையில் போரை முடிவுக்கு கொண்டு வரும் முறையில் ருஷ்யாவின் நேசப் படைகளின் உடன்பாட்டுக்கு முன் நிற்கும் பொறுப்பும் சேர்ந்தது.

முதல் உலகப் போரின் இறுதிக் கட்டத்தில் ருஷ்யா பல உள்நாட்டு போர்களின் களமாக மாறியது. புரட்சிகளும் எதிர் புரட்சிகளும் அலை கழித்தன. ருஷ்யாவின் தலைநகரத்திலும், மத்திய மாநிலங்களிலும் லெனின் - போல்ஷுவிக்குகளின் பிடி உதவியாக இல்லை.

அமெரிக்க ஜனாதிபதி உட்ரோ வில்சன் சர்ச்சிலினை சந்தித்து 'ருஷ்யாவில் நடந்து கொண்டிருப்பது போரா? அமைதியா? எனக்கு விடை வேண்டும்' என்று கேட்டார்.

இந்நிலையில் சர்ச்சிலின் கொள்கை உறுதிப்பாடு அவரது செயற் பாட்டில் வெளிப்பட்டது. ருஷ்யாவின் ஒவ்வொரு குக்கிராமத்தின் பெயரையும் மனப்பாடமாக சொல்லக்கூடிய ஆற்றலைப் பெற்றிருந்தார்.

ருஷ்ய விவகாரத்தில் சர்ச்சில் தமது சொந்த திட்டங்களோடு பிரதம ரோடு இணைந்து பிரிட்டனின் கொள்கையோடு நிலை நாட்டினார்.

"போல்ஸ்வீக் அதிகார மையத்துடன் அமைதி காண்போம், ருஷ்யா அழிவுப் பாதையிலிருந்து காப்பாற்ற வேண்டும், சச்சரவுகளே அங்கு எஞ்சி நிற்கிறது" என்று குறிப்பிட்டார்.

மேலும் ஜெர்மனியின் வீழ்ச்சியால் சமூகப் பொருளாதார ரீதியாக பெரும் பின்னடைவைச் சந்தித்தன. அதன் பொருட்டு ஜெர்மனை காப்பாற்றும் கொள்கையையும் வலியுறுத்தினார். ஜெர்மனிக்குப் போதிய பொருளுதவி அளிப்பதும் அமைதி மாநாட்டில் ஜெர்மனியை பங்கு பெறச் செய்வதும் அவசியத்தையும் வற்புறுத்தினார்.

சர்வதேச சங்கத்தின் உடன்படிக்கை உலக மக்களுடைய எதிர்கால நம்பிக்கையின் சின்னமாகத் திகழ்ந்தது. நாடுகள் யாவும் சமரசப் பேச்சு வார்த்தைகள் மூலம் அமைதியைப் பேணவும், ஆக்ரமிப்பை தடுக்கவும் சூளுரைத்தன.

சர்வதேச சங்கம் நாடுகளுக்குள் ஏற்படும் எல்லைப் பிரச்சனைகளில் உடன்பாடு காணவும், பழைய ஒப்பந்தங்களின் காலத்திற்கு ஒவ்வாத நிபந்தனைகளை மறுபரிசீலனை செய்யவும், சிறுபான்மையினரின் உரிமைகளைக் காக்கவும், பொருளாதார முன்னேற்றங் காணவும் சமூகத் தீமைகளையும், சீர்கேடுகளையும் அகற்றவும் உறுதி கொண்டது. 1921-ஆம் ஆண்டு ஜனவரியில் சர்ச்சில் குடியேற்ற நாடுகளின் அமைச்சரான போது மத்திய கிழக்கு அவரது கவனத்தை ஈர்த்தது.

மெசபொடோமியாவில் நிறுத்தப்பட்டிருந்த பிரிட்டிஷ் படைக் கான செலவு கோடி பவுன்களில் பெருகியிருந்தது. குடியேற்ற நாடுகளின் அமைச்சகத்தை மையமாகக் கொண்டு ஒருங்கிணைந்த நிர்வாகத்தை ஏற்படுத்த நடவடிக்கைகள் மேற்கொண்டார்.

மேலும் மத்திய கிழக்குப் பிரச்சனையில் காட்டிய ஆர்வத்தையும் செயலுக்கத்தையும் லாரன்சே என்ற பொருளாதார அறிஞர் தாம் எழுதிய 'தி செவன் பில்லர்ஸ் ஆப் விஸ்டம்' (The seven Pillors of Wisdom) என்ற நூலில், "ஒரு சில வாரங்களிலேயே கெய்ரோ மாநாட்டில் சர்ச்சில் தவறு களை சரிபடுத்தி, பிரச்சனைகளுக்கு தீர்வு கண்டு, பேரரசின் நலன்களை யும் பலியிடாமல் பிரிட்டனின் வாக்குறுதிகளை இயன்றவரை நிறை வேற்றியுள்ளார் என்றும் விமானப்படையின் பொறுப்புகளை ராணுவத் திடம் ஒப்படைக்கும் முக்கிய புதுமையையும் புகுத்தினார்" என்று குறிப்பிடுகிறார்.

கெய்ரோவில் சர்ச்சில் இருந்தபோது பிரமீட் கோபுரங்களை ஓவியமாகத் தீட்டினார்.

1921-ஆம் ஆண்டில் அயர்லாந்தில் கொரில்லா போர் முறையும் கொலைகளும் இரத்தவெறியும் தாண்டவமாடின. உள்நாட்டு போர் தலைவிரித்தாடியது. தலைமைச் செயலாளர் சர் அமர் கீர்வுட் நாட்டின் குடியரசு படையை அழிக்கத் தீவிர அடக்குமுறைகளைக் கையாண்டார். இதனால் தலைமைச் செயலாளர் பதவி விலக வேண்டி வந்தது.

அடுத்துப் பொறுப்பேற்ற பிரதமர் லாயிட் ஜார்ஜ், கலகக்காரர்கள் 'சின்ஃபெயின்' தலைவர்களுடன் பேச்சு வார்த்தையில் சர்ச்சில் உறுதுணையாக இருந்து தீர்த்து வைத்தார். இறுதியாக அயர்லாந்தின் சுதந்திர உடன்பாடு கையெழுத்தானது.

1922-ஆம் ஆண்டில் ‘சானாக்’ என்ற பெயர் உலகத்தில் பரபரப்பை உண்டாக்கியது. காலிப் போலித் தீபகற்பத்திற்கு எதிராக டார்டனலஸ் நடவடிக்கைகளை துருக்கியர்கள் தூண்டி விட்டனர். லாயிட் ஜார்ஜ் அமைச்சரவையைக் கவிழ்த்தார்கள். இந்தச் சிக்கல்களை சர்ச்சில் பங்கு கொண்டு பிரச்சனைக்கு தீர்வு கண்டார். அப்போது வின்ஸ்டன் சர்ச்சில் அனுப்பிய அறிக்கை வரலாற்றில் இடம் பெற்றது.

அந்த அறிக்கையில், “கொமலின் படைகள் டார்டனலசை ஊடுருவதால், கான்ஸ்டாண்டிநோபிளை கைப்பற்றுவதால் ஏற்படக் கூடிய பாதகங்களும், டார்டனலஸ் பகுதியில் ஐரோப்பாவையும் ஆசியாவையும் பிரித்தும், மத்திய தரைக் கடலையும் அருங்கடலையும் இணைக்கக் கூடிய ஆழமான உப்புநீர் கால்வாய் குறிப்பாக பிரிட்டனும் நலன் பயக்கும்” என்றார்.

மேலும், அதில்

- காண்ஸ்டாண்டி நோபிளையும், அங்காராவையும் துருக்கியர்களுக்கு விட்டுக் கொடுப்பது.
- கொமால் ஆதரவாளர்களை சமாளிக்கு வெறும் அரசியல் வெற்றி மட்டும் போதாது.
- டார்டனல்ஸ் நீர்கடலின் சுதந்திரத்தைக் காப்பது.
- நேசப் படைகள் தோல்வியுற்றால் அதன் விளைவு முதல் உலகப் போரின் பின் ஏற்பட்டுள்ள அமைதி ஏற்பாடுகளை சிதைக்கும் என எச்சரித்தார்.

இதன் மூலம், துருக்கியை ஐரோப்பாவில் காலூன்றாமல் தடுத்த பெருமையின் பெரும்பகுதி சர்ச்சிலுக்கே உரியது. இத்தகைய முற்போக்கு திட்டங்கள் கன்சர்வேட்டிவ்களையும், லிப்ரல்களையும், சோசியலிஸ்டுகளையும் பீதிக்கு ஆளாக்கினாலும் இதன் வழியே தேசிய கட்சியை உருவாக்கவும் சர்ச்சில் விரும்பினார்.

சானாச் சிக்கல் உலகத்தின் எதிர்ப்பை மட்டுமின்றி, பிரிட்டிஷ் பொது மக்கள் எண்ணத்தையும் எதிர்த்து நின்றதற்காக ‘மன்னர் ஜார்ஜுக்கும் சர்ச்சிலுக்கும் நன்றி கூற வேண்டும்’ என்று ஹொரால்டு நிக்கல்சன் பாராட்டினார்.

✸

ஓவியராகப் பயணம்

முதல் உலகப் போருக்குப் பின்னால் அரசியல் அரங்கில் சர்ச்சிலின் கொள்கை சோசலிச எதிர்ப்பாகும். அவர் போர்த் தளவாட அமைச்சராக இருந்த காலத்தில் ஏற்பட்ட தொழிலாளர் போராட்டங் களும், ருஷ்யாவில் லெனின் தலைமையில் ஏற்பட்ட புரட்சியின் வெளிப்பாடும், அதன் மூலம் இடதுசாரிகளின் எதிர்வினை களும் இங்கிலாந்தில் புரட்சி ஏற்படும் சூழல் ஏற்படும் என்ற அச்சத்தில் ஒரு புள்ளியின் கீழ் பிற கட்சிகளை இணைக் கும் முயற்சியில் ஈடுபட்டார் சர்ச்சில்.

இத்தகைய முயற்சி ரஷ்யாவின் போல்ஸ்வீக் கொள்கையிலும், ஜெர் மானிய எதிர்ப்பிலும் முன்னுக்குப் பின் முரணான கடைப்பிடிப்பதாக அரசியலில் குற்றச்சாட்டுகள் எழுந்தன.

கூட்டமைச்சரவையின் நிலையற்ற கொள்கையால் உலகத்தில் இங்கிலாந்தின் நாணயமே கெட்டு விட்டதாக சர்ச்சிலின் போக்கை டைம்ஸ் பத்திரிகை கண்டித்து எழுதியது.

மேலும் 'சானக்' சிக்கல் கன்சர்வேடிவ் கட்சியிலே எதிர்ப்பு கிளம்பியது.

பிரிட்டன் உலகத்திற்கெல்லாம் போலீஸ்காரனாக இருக்க முடியாது என்றும் அமைச்சரவையில் இடம் பெற்ற போனார்வா 'டைம்ஸ்' பத்திரிகையில் அறிக்கை வெளியிட்டார்.

இதனூடே மத்தியக் கட்சியான கர்சன் பிரபு கூட்டமைச்சரவையி லிருந்து விலகியது. 187 வாக்குகள் வித்தியாசத்தில் அமைச்சரவை தோற் கடிக்கப்பட்டது. பொதுத் தேர்தலை சந்திக்க வேண்டிய நிலை ஏற்பட்டது.

சர்ச்சில் ஐந்தாவது முறையாக டண்டித் தொகுதியில் போட்டி யிட்டார். லிப்ரராகவும் தடையில்லா வாணிப ஆதரவாளராகவும் போட்டியிடுவதாக அறிவித்தார்.

அதே சமயம், லிப்ரல் கொள்கைக்கு இரு பெரும் எதிர்ப்புகள் இருந்தன. ஒருபுறம் பிற்போக்கு கொள்கையுடைய கன்சர்வேட்டிவ்கள் மறுபுறம் புரட்சிக் கொள்கையுடைய சோசலிஸ்டுகள்.

சர்ச்சில், போனார்வாவின் அரசினை பிற்போக்குவாதிகள் அரசு என்றும், 'இத்தகைய அறிவு சூன்யமும், அறநெறி வெறுமையும் கொண்ட சமாதியில் என்னைப் புதைத்துக் கொண்டேன்' என்று அறிவித்தார்.

இந்நிலையில் சர்ச்சில் குடல் அழற்சி நோயினால் பாதிக்கப்பட்டார். தொகுதிக்குச் சென்று மக்களை சந்திக்க முடியவில்லை. அறுவைச் சிகிச்சை யும் நடைபெற்றது. அவரது துணைவியார் நண்பர்களுடன் சர்ச்சிலுக்காக பிரச்சாரத்தில் ஈடுபட்டார். தேர்தலுக்கு முன் தினமே மக்களைச் சந்திக்கிறார். விளைவு இவரை எதிர்த்துப் போட்டியிட்டு தோற்றவர் 32000 வாக்குகள் வித்தியாசத்தில் வெற்றி பெறுகிறார்.

இதனை நகைச்சுவையுடன், "இத்தேர்தலின் பின் நான் பதவியையும், பாராளுமன்ற இடத்தையும், கட்சியையும் சேர்த்து குடல் வாளினையும் இழந்தேன்" என்று குறிப்பிட்டார்.

திரும்பவும் ஓவியத்தில் நாட்டம் கொண்டார். ஓய்வு நேரத்தில் நூல்கள் எழுதத் தொடங்கினார். 'த வேல்டு கிரைசஸ்' என்ற முதல் பகுதி வெளியானது.

1923-ஆம் ஆண்டின் இறுதியில் சிதறிக் கிடந்த லிப்ரல்களை ஒன்றுபடுத்த முயன்றார். தேர்தல் களத்தில் குதிக்கத் தயாரானார்.

சோசலிசத்தை முறியடிக்கும் எண்ணத்துடன் மான்செஸ்டர் தொகுதியை புறக்கணித்து லீசெஸ்டரில் போட்டியிட்டார்.

சர்ச்சிலின் எதிரிகள் அவரை எதிர்த்து குரல் கொடுத்ததோடு அவரைத் தாக்கவும் முயற்சித்தனர். எதனைக் கண்டு அஞ்சாத அவர் அதனை துணிவுடன் எதிர் கொண்டார். ஆயினும் தோல்வியைத் தழுவினார். கன்சர்வேட்டிவ் கட்சியின் பலரும் 347 இடத்திலிருந்து 255 இடங்களுக்கு குறைந்தது.

தொங்கு பாராளுமன்றமே நிலவியது. எனவே, லிப்ரல்களும், தொழிற்கட்சியினரும் இணைந்து ஒரு கூட்டு அரசு நிறுவப்பட்டது.

சோசியலிஸ்டுகளுடன் உறவு கொண்டிருந்த லிப்ரல்களுடன் தொடர்பை துண்டித்து கன்சர்வேட்டிவ் கட்சியில் இணைவதென முடிவு செய்தார். இதனால் 'கொள்கையற்று கட்சி மாறுகிறவர்' என விமர்சனத் துக்குள்ளானார். கன்சர்வேட்டிவ் கட்சியும் கட்சி சார்பில் அவருக்கு வாய்ப்புத் தர மறுத்து சுயேட்சையாக போட்டியிடுமாறு கேட்டுக் கொண்டது.

எனவே, தான் போட்டியிட்ட எல்லா தேர்தல்களையும் விட அதே தொகுதித் தேர்தலில்தான் அதிக ஆர்வம் கொண்டார். அப்போது அவர் மக்களிடம் வைத்த பிரச்சாரம் 'சோசலிஸம் வேண்டுமா? வேண்டாமா?' என்பது தான்.

ஆயினும், போதிய அவகாசம் இன்மையாலும், உடன் கன்சர் வேட்டிவ்கள் ஒத்துழைக்காததினாலும் சொற்ப வாக்கான 47 வாக்குகளில் தோல்வியைத் தழுவினார்.

சர்ச்சிலின் தோல்வி கண்டு பலர் வருந்தினார். இதனை 'டெய்லி டெலிகிராப்' பத்திரிகையும் எதிரொலித்தது. அவர் தோல்வி கண்டாலும் அரசியல் அவரை விடவில்லை. ஆண்டாண்டு முடிவதற்கும் பாராளு

மன்றம் கலைக்கப்பட்டு மீண்டும் தேர்தல் வந்தது. இந்த முறை அவர் கிராமத்து தொகுதியான மேஷாசெக்ஸ் தொகுதியைத் தேர்ந்தெடுத்தார். கன்சர்வேட்டிவ் கட்சி சோசலிச எதிர்ப்பாளராக அவரை முன் நிறுத்தியது.

இத்தேர்தலில் ஆராயிரம் வாக்குகள் வித்தியாசத்தில் வெற்றி பெற்றார். மேலும் கன்சர்வேட்டிவ் கட்சியே அதிக இடங்களை கைப்பற்றியது.

ஸ்டான்லி பால்ட்வின் தமது இரண்டாவது அமைச்சரவையில் நிதி அமைச்சராக பொறுப்பேற்றார். இது அனைவரையும் வியப்பில் ஆழ்த்தியது.

பால்ட்வின் நிதானமான சீர்திருத்த நோக்கும், தீவிரவாதத்திலும் புரட்சிகரமான சோதனைகளிலும் அவருக்கு நம்பிக்கையில்லை. சர்ச்சில் அவருக்கு துணையாகச் செயல்படத் தொடங்கினார்.

நிதியமைச்சராக....

'கட்சி மாறி', 'அரசியல் நாடோடி' என்று விமர்சிக்கப்பட்ட மீண்டும் கன்சர்வேட்டிவ் திரும்பியது குறித்து பத்திரிகைகள் நாடெங்கும் பேச வைத்தன.

கடந்த இருபது ஆண்டுகளாக கன்சர்வேட்டிவ்களால் கடுமையாக விமர்சிக்கப்பட்ட சர்ச்சில் வெற்றி வீரராக திரும்பியது கண்டு வியப்புற்றனர்.

லிப்ரல் கட்சியிலிருந்து மனமாற்றம் கண்டு தாய் கட்சிக்கு திரும்பி யதும், அவருக்கு நிதியமைச்சர் பொறுப்பினைத் தந்ததும் பால்ட்வீக் செய்த துணிகரச் செயல் என்று பாராட்டினர்.

சர்ச்சிலுக்கும், பால்ட்வினுக்கும் பெரிய வேறுபாடுகள் உண்டு. சர்ச்சில் செயல் வீரர் - பால்ட்வின் லட்சியவாதி. ஆயினும் இருவரும் இணைந்தே செயல்பட்டனர்.

இங்கிலாந்தில் சோசலிச எதிர்ப்பு ஒருபுறம் இருந்தாலும் மக்கள் நலனும், தொழிலாளர் நலனும் முன்மொழியப்பட்டு தொழிற்சங்க பிரதிநிதிகளையும் தன்னகத்தே சேர்த்துக் கொண்டது.

இது நாட்டு மக்களின் கவனத்தைக் கவர்ந்தது. இந்தப் போக்கு ருஷ்ய வழி செல்லுமா? பிரிட்டிஷ் பாராளுமன்றம் தொழிலாளர்களின் வல்லாட்சியாக மாறுமா? என்ற வினா எழுந்தது.

இந்தக் கேள்வி பிரதமருக்கும் நிதி அமைச்சருக்கும் மதிப்பீடுகள் வேறுபட்டன. இந்நிலையில் பால்ட்வின் நாட்டுக்கு நற்காரியங்களில் ஈடுபட்டார். சர்ச்சிலுக்கே அவர் தொழிலாளருக்காகப் பரிந்துரைந்து செயலாற்றுவதில் உடன்பாடில்லை.

ருஷ்யாவின் புரட்சியின் தாக்கம் இங்கிலாந்திலும் எதிரொலிக்குமோ என்றும் ருஷ்யாவை பின்பற்றி ஐரோப்பிய நாடுகளும் அதன் வழி செல்லுமோ என்ற அச்சத்தில் இருந்தாலும் சர்ச்சில், முசோலினியையும், பாஸிஸ்ட்டுகளும் 'ருஷ்ய நஞ்சை அறுக்கும் மருந்து' என்று புகழ்ந்தார்.

சர்ச்சில் நிதியமைச்சராக சிறப்புடன் செயல்பட்டார். அவரது பொருளாதார கொள்கைகள் விமர்சிக்கப்பட்டாலும் "பால்ட்வின் அமைச்சரவையில் இருந்த மண் குன்றுகளுக்கு மேலாக சர்ச்சில் எவரெஸ்ட் சிகரம் போல் உயர்ந்து நிற்கிறார்" என்று ஆக்ஸ்போர்டு பிரபு குறிப்பிட்டார்.

சர்ச்சில் நிதியமைச்சகத்தை மட்டும் கவனிக்காமல் பிற துறைகளிலும் மாற்றங்களை விரும்பி அதற்கான செயல் திட்டங்கள் தீட்டி குறிப்பு எடுத்து அறிவார்ந்த விளக்கங்களை தந்தார்.

இது பிற துறை தலைமையின் விஷயத்தில் தலையிடுவது போல் இருப்பதாக விமர்சனங்களும் எழுந்தன.

"வின்ஸ்டன் பங்கு பெறுகின்ற அமைச்சரவைக்கு குறிப்பிட்ட பொருள் பற்றி விவாதிக்க வாய்ப்புக் கிடைப்பதில்லை. அவர் கொண்டு வரும் பிரச்சனைகளைப் பற்றி ஆராய்வதற்கே நேரம் சரியாக இருக்கிறது" என்று பால்ட்வின் குறிப்பிடுகிறார்.

எனினும் பால்ட்வின் சர்ச்சில் உறவு தொடர்ந்தும் நீடித்தது. நிதியமைச்சராக பல்வேறு பிரச்சனைகளை எதிர்நோக்கியிருந்தது. போர்க்கால கடன்கள், மதிப்புக் குறைந்த நாணயம், பணவீக்கம் எல்லாவற்றையும் சமாளிக்க வேண்டியிருந்தது.

முதல் பட்ஜெட் உரையில், 'நாட்டின் நிதிநிலைக்கு புத்துயிர் அளித்தேத் தீருவேன்' என கண்ணாடி குவளையை சியாஸ் சொல்வது போல் காட்டி நீர் அருந்தினராம். அவையினர் கிண்டல் தொனிக்கச் சிரித்தனர்.

எதற்கும் அஞ்சாத சர்ச்சில், போக்குவரத்து சாதனங்கள், கெடிகாரங்கள், இசைக் கருவிகள், திரைப்படங்கள், பட்டுத்துணிகள் மீது வரி விதித்தார். தொழிற்கட்சி உறுப்பினர்கள் முணுமுணுத்தனர்.

நாட்டின் பொருளாதார மந்த நிலையைப் போக்க 'பொன் நாணய' முறையை (Gold currency) மாற்றுத் திட்டத்திற்கு புத்துயிர் அளிப்பது அவசியம் என்றார்.

பவுனின் மதிப்பு பத்து சதவீதம் உயர்ந்தது. தொடர்ந்து பொருள் களின் விலையையும், கூலிகளையும் குறைத்தார்.

பணவீக்கத்தை தடுக்க மேலும் பல நடவடிக்கைகளும் மேற் கொள்ளப்பட்டன. இதன் மூலம் 'பொன் கன்றைப் பாதுகாப்பதற்கு இத்தனைத் தியாகங்களைச் செய்திருக்க வேண்டியதில்லை' என்று மக்களும் உணர்ந்தார்கள்.

சர்ச்சில் தம் திட்டங்களைத் தீவிரமாகச் செயல்படுத்திக் கொண்டிருந் தார். பொன் நாணயத் திட்ட மீட்பினால் நிலக்கரி ஏற்றுமதி குறையத் தொடங்கியது. வேலையில்லா திண்டாட்டமும், முதலாளி தொழிலாளி மோதல்களுக்கும் பொது வேலை நிறுத்தத்திற்கு வழிவகுத்தன.

"நாங்கள் வேலை நிறுத்தம் செய்தால், எங்களுடன் ரயில்வே, போக்குவரத்து தொழிலாளர் அனைவரும் வேலை நிறுத்தம் செய்வார்கள்" என தொழிற்சங்கத்தினர் எச்சரித்தனர்.

1926-ஆம் ஆண்டு மே நான்காம் நாள் ஒரு ஞாயிற்றுக்கிழமையில் தொழிலாளர்களின் புரட்சி வெடித்தது.

சர்ச்சிலைப் பொறுத்தவரை என்ன நிகழ்ந்தாலும் விட்டுக் கொடுப்ப தில்லை என்று முடிவுடன் இருந்தார்.

இந்தப் பிரச்சனைக்கு முற்றுப்புள்ளி வைக்க முனைந்தார். பத்திரிகை யில் துறையில் ஆழக்கால் பட்டதால், மக்களிடம் தம் எண்ணங்களை கொண்டு செல்ல இதுவே சிறந்த வழி என்ற முனைப்பில் மூடிக் கிடந்த

'மார்னிங் போஸ்ட்' நிறுவனத்துடன் ஒப்பந்தம் மேற்கொண்டு 'தி பிரிட்டிஷ் கெஜட்' என்ற அரசிதழை ஏற்று நடந்த அமைச்சரவையின் அனுமதியும் பெற்றார்.

"நாட்டில் வதந்திகளை பரவுவதை தடுக்காவிட்டால் பின்னாளில் அவை நச்சுப் பிரச்சாரமாகிப் பீதியையும் குழப்பத்தையும் ஏற்படுத்தி மக்களின் உணர்ச்சிகளை தூண்டிவிடும். இதனை அனுமதிக்க முடியாது" என முதல் இதழில் எழுதினார். தொடர்ந்து அதற்காகவே அரசுக்கான இதழ் மக்களிடம் கொண்டு செயல்படுத்த தேவை என்றும் அதற்கு பத்திரிகையில் சந்தாவை உயர்ந்திடல் வேண்டும் என்றார்.

ஆரம்பத்தில் அவர் பொறுப்பாசிரியராக பொறுப்பேற்றபின் 2,30,000 பிரதிகள் அச்சாயின. ஒரு வாரத்தில் 1,80,1400 பிரதிகள் சந்தா உயர்ந்து பிரிட்டிஷ் இதழ் உலகில் இத்தனை அதிக இதழ்கள் விற்பனையை எட்டியதில்லை என்ற பெருமையைப் பெற்றது.

தொழிற்சங்கத் தலைவர்கள் நேரடி நடவடிக்கைகளில் இறங்கி பலப்பரிட்சை செய்து பார்த்தனர். ஆனால் தோல்வியைக் கண்டனர்.

சர்ச்சிலின் பத்திரிகையில் தாக்கம் தக்கப் பலனைத் தந்தது. பிரதமர் பால்டவினும், "நான் எனது வாழ்நாளில் செய்துள்ள மிக புத்திசாலித் தனமான செயல் சர்ச்சிலை அரசிதழின் ஆசிரியராக ஆக்கியதுதான்" என்று வியந்தோதினார்.

சர்ச்சிலின் 2வது நிதி நிலை அறிக்கை 1926-ஆம் ஆண்டு கொண்டு வரப்பட்டது. இதில் வரிகள் விதிக்கப்படவில்லை. குதிரைப் பந்தயத்துக்கு வரி விதிக்கப்பட்டது. இதற்கு எதிர்ப்பு கிளம்பினாலும் பொது மக்கள் ஆதரவு தரவில்லை.

மேலும் சாலை நிதியிலிருந்து 1,200,000 பவுன்கள் எடுத்து மது வகைகள், மோட்டார் டயர்கள், புகையிலை போன்ற ஆடம்பரப் பொருட்களுக்கு வரி உயர்த்தப்பட்டன.

நான்காவது நிதி நிலை அறிவிக்கப்பட்ட போது, நாட்டின் பொருளா தாரம் இக்கட்டான கட்டத்தை கடந்து விட்டதாகத் தெரிவித்தார்.

பிரிட்டிஷ் மது வகைகள் இயந்திர நெருப்புப் பற்றும் பொருட்கள் மீது சிறிதளவு வரிவிதிப்பு, ரெயில்வேக்கள், துறைமுகங்கள், கால்வாய்கள்

மூலம் போக்குவரத்து, உழவுத் தொழில்கள், நிவாரணம் பெற்றன. உள்ளாட்சி நிறுவனங்கள் மான்யம் பெற்றன.

இந்நிலையில் 1929-ஆம் ஆண்டு ஏப்ரலில் நிறைவேற்றப்பட்ட ஐந்தாவது வரவு செலவு சமர்ப்பிக்கும்போது அவர் ஆற்றிய மூன்றரை மணிநேர சொற்பொழிவு பாராளுமன்றமே கை தட்டி பாராட்டியது.

சர்ச்சில் மேற்கொண்ட பல நடவடிக்கைகளினால் மக்களிடையே சேமிப்புப் பழக்கம் பெருகியது. தொழிற்சாலைகளில் பணிபுரிவோர் எண்ணிக்கை கூடியது. வாழ்க்கை செலவு விகிதம் குறைந்தது.

தொழிலாளர்களிடையே மோட்டார் சைக்கிள் வாங்கும் வசதி, உல்லாசப் பயணங்கள், பொதுக் கேளிக்கைகள் பெருகின. தேனீர், சர்க்கரை அருந்துவது எக்காலத்தையும் விட உயர்ந்தது.

வணிகச் சந்தை, வெளிநாட்டு, உள்நாட்டு முதலீடு, வங்கிகளின் சேமிப்பு முதலீடும் பெருகின.

நிதி அமைச்சராக இருந்த காலத்தில் சர்ச்சில் சிறந்த பேச்சாளராகவும் திகழ்ந்தார். எத்தகைய பொறுப்புகளுக்கும் முடிவு உண்டு. 1929-ல் பொதுத் தேர்தலில் தொழிற்கட்சியினர் வெற்றி பெற்றனர். சர்ச்சில் பதவி இழந்தார்.

1937-ஆம் ஆண்டில் ஏற்பட்ட பொருளாதார நெருக்கடிகளுக்கிடையேயும் பிற பொறுப்புகளையும் மேற்கொண்டார். பிரிட்டிஷ் அரசிதழை நடத்திக் காட்டியது சிறப்பானதாகும்.

இக்காலக் கட்டத்தில்தான் அவரது ‘தி வோர்ல்டு கிரைசிஸ்’ என்ற நூலின் இரு பகுதிகள் வந்தன.

விடுமுறைக்காக எகிப்து சென்று ஒட்டகத்தின் மீதமர்ந்து ஓவியம் வரைந்தார்.

10

கட்சிக்குள் கருத்து முரண்கள்

சோசலிஸ்டுகளின் அரசு தொடர, பால்ட்வின் - சர்ச்சில் உறவு முடிவுக்கு வந்தது. அது முதல் பத்தாண்டுகுள் வரை எந்த பதவியுமில்லாமல் இருந்தார். இக்காலக் கட்டத்தின் குளறுபடிகளை 1930ல் ஆற்றிய சொற்பொழிவு குறிப்பிடத்தக்கது.

“பிரிட்டிஷ் முதல் உலகப் போரில் பெற்ற மகத்தான வெற்றி சில இலட்சியங்களை முன்னிறுத்தியது. ஆனால் அதன் நம்பிக்கைகள் வலுவிழந்தன. கொந்தளிக்கும் கடலின் நீரோட்டங்களையும், வெளியேற்றங்களையும் போல் நாடு அலை மோதியது. அதன் திசை காட்டும் கருவி பழுதுபட்டது. நிலப்படங்கள் காலத்திற்கு ஒவ்வாதவை. மாலுமிகளுக்கும் பயணிகளுக்கும் இடையே பரஸ்பர நம்பிக்கை

இல்லை. இந்த நாட்டுக் கப்பலின் உள்ளே பிரிட்டிஷ் இனத்தின் சகல வன்மையும் புகழும், உலகத்தின் ஐந்தில் ஒரு பகுதி மக்களின் கருவூலங்கள் யாவும் புதைந்து விட்டன'' என அழகான உவமை விஸ்தரிப்போடு அடையாளம் காட்டினார்.

இந்நிலையில் தொழிலாளர் கட்சி, தொழில் தகராறு சட்டத்தில் சீர்திருத்தம் கொண்டு வந்தது. பிரதமர் மக்னால்டு தொழிலாளர்களுக்கு பரிவு காட்டவில்லை.

பிரதமர் பால்ட்வினின் கோழைத் தனத்தை நெய்யாண்டி செய்வதற்கு இது ஒரு நல்ல வாய்ப்பு.

அப்போது சர்ச்சில், "பிரதமர் தோல்வி பல கண்டாலும் புன்முறுவ லோடு சமாளிப்பதில் வல்லவர்; ஆனால் தொழில் தகராறு சீர்திருத்தச் சட்டத்தில் அவரது கைவரிசைக்கு இணையில்லை; எலும்பில்லா அதிசயத்தை நான் சிறுவயதில் சர்க்கஸ் விளையாட்டு கண்டு ரசித்திருக் கிறேன். அதற்குப் பிறகு அத்தகைய வித்தையை இப்போதுதான் காண் கிறேன். மசோதாவை மாடிக்கு எடுத்துச் சென்று அதன் கழுத்தை நெறித்துக் கொள்ளுங்கள்'' என்று கிண்டலடித்தார்.

இக்காலக் கட்டத்தில்தான் இந்தியாவில் சுதந்திரப் போராட்டங்கள் வலுபெற்றன. இந்தியப் பிரச்சனை சிக்கல்களை மேலும் விரிவுபடுத்தியது. இந்திய அரசின் பிரதிநிதி இர்வின் போக்கினை விமர்சித்தார்.

அதே சமயம் ஆப்பிரிக்காவுக்கும் அயர்லாந்துக்கும் சுயாட்சி வழங்கு வதை ஆதரித்தார். ஆனால் இந்தியா தன்னலம் கருதி நம்மால் ஆளப்பட வேண்டும் என்றார்.

ராணுவத்தைக் கொண்டு இந்தியர்களை பலவந்தமாக அடக்கி ஆள்வது தவறு எனச் சுட்டிக்காட்டினார். இதனை பஞ்சாப் படுகொலை யின்போதே எச்சரித்தார்.

'அச்சுறுத்தி ஆள்வது தீர்வாகாது. இது பிரிட்டன் கையாளக்கூடிய வழியுமன்று' என்று குறிப்பிட்டார்.

"இந்தியா பிரிட்டிஷ் மன்னரின் முடியில் திகழும் விலை மதிக்க முடியாத மணி. மற்றெல்லா டொமேனியன்களையும் விட இந்தியாவே பிரிட்டிஷ் பேரரசின் வலிமைக்கும் பெருமைக்கும் அடிப்படையாகும்''

என நாற்பதாண்டு முன் அவரது தந்தை முன்மொழிந்த கருத்தையே சர்ச்சில் முன் மொழிந்தார். மேலும் இர்வின் பிரபு இந்தியா மீது கொண்ட கொள்கைகளை, திட்டங்களை 'தவறான கருணை' என்றே வர்ணித்தார்.

கன்சர்வேட்டிவ்களின் தொடர்பை அறுத்துக் கொள்ள சர்ச்சிலைத் தூண்டியது இந்திய பிரச்சனைகளே. இது குறித்து சர்ச்சிலின் கருத்துக்கள் குறித்து ஒரு நூலே பதிவு செய்யலாம்.

பிரிட்டனின் ஆட்சியில் இந்தியர்கள் பங்கு பெறுவதை சர்ச்சில் எதிர்க்கவில்லை. ஆயினும், இந்தியாவுக்கு டொமினின் அந்தஸ்து வழங்கு வதையும் கூட்டணியில் பங்கு பெறுதலையும் எதிர்த்தார்.

காந்தி வசம் இந்தியாவை ஒப்படைப்பதில் முரண்பட்டார். "காந்தியிடம் சரணடைவதை நான் எதிர்க்கிறேன். காந்திக்கும் இர்வின் பிரபுக்கும் இடையே நிகழும் பேச்சு வார்த்தைகளையும், உடன்பாடு களையும் நான் எதிர்க்கிறேன்" என்றார்.

மேலும், "இந்தியாவிலிருந்த பிரிட்டிஷார் வெளியேற வற்புறுத்து கிறார் காந்தி. இந்தியாவுக்கும் பிரிட்டனுக்கும் இடையேயுள்ள வணிகத்தை நிரந்தரமாக மூடி விட காந்தி கையாளும் கொள்கைகள் விரும்பத் தக்கதல்ல. இந்தியாவில் பிரிட்டிஷ் ஆட்சிக்குப் பதிலாக பிராமணர்களின் ஆதிக்கத்தில் கொண்டு வருவதை தான் விரும்பவில்லை" என்றார்.

அவர் தொடர்ந்து கூறுவதாவது, "காந்தியை நம்புவதாலும் ராம்சேமக்னால்டு, காந்தி, இர்வின் ஆகியோர் இந்தியாவில் அமைதியை நிலைநாட்டப் போகிறார்கள் என்பதில் எனக்கு நம்பிக்கை இல்லை.

"நம்மிடம் கொள்கையில்லை, நாம் வன்முறையிலும் அடக்குமுறை யிலுமே நம்பிக்கைக் கொண்டுள்ளோம் என மாற்றுக் கட்சியினர் கூறுவதை நான் ஒப்புக் கொள்ளவில்லை.

"மாநில ரீதியில் இந்தியர்களிடம் ஆட்சி வழங்க வசதிகளை செய்து தருவது நமது அடுத்த நடவடிக்கையாக இருக்க வேண்டும்.

"மைய அரசின் நிர்வாகத்துறை எல்லா மக்களின் நலன்களைப் பாது காக்கும் உத்தரவாதம் அளிக்கும் அளவுக்கு இறையாண்மையை காப்பாற்ற வேண்டும்.

இதற்குப் பதிலாக இந்தியத் தலைவர்கள் கூட்டாட்சி மரபுகளை மறந்து, சட்ட ரீதியாக நிறுவப்பட்ட ஆணைக் குழுவின் பரிந்துரைகளைத் தள்ளி விட்டு தமது அதிகாரத்தின் கீழ் இந்தியா ஐக்கிய நாடுகளை அமைக்க விரும்புகிறார்கள்; இவர்களின் ஆணைகளுக்கு பிரிட்டிஷ் ராணுவம் அடிபணிய வேண்டுமா?

இந்தியாவில் வேறெந்த சமூகத்தை விடவும் நிர்வாக அம்சங்களை விட அறநெறி, அரசியல் பொருளாதார அம்சங்களுக்கு அதிக மதிப்பு உண்டு.

இந்நாட்டின் 35 கோடி மக்களும் உயர் நாகரிகத்திற்கும், அமைதி, ஒழுங்கு, சுகாதாரம், முன்னேற்றம் ஆகிய நிலைகளுக்கு மேம்படுத்தப் பட்டிருக்கிறார்கள். இதற்குக் காரணம் சில ஆயிரம் பிரிட்டிஷ் அதிகாரி களின் சாதனை என்றே சொல்ல வேண்டும்.

இந்த அதிகார அமைப்பு சிதைக்கப்படுமானால் இந்திய மக்கள் தங்கள் முன்னேற்றத்துக்கும் கலாச்சாரத்திற்கும் நம்பியிருக்கும் மக்கள் நலத்துறைகள் யாவும் தமது திறமையை இழப்பது உறுதி. இதனால் அழிந்து பட்டு இந்தியா இடைக்காலத்தில் பல நூற்றாண்டுகளாக நிலவி வந்த காட்டுமிராண்டித் தனத்துக்கும் இழிவுகளுக்கும் பலியாகும்.

இந்தியாவின் பொறுப்பை ஏற்க விரும்புவோர், உயர்சாதியினர். அவர்கள் நாட்டிலேயே ஆறு மில்லியன் இந்திய் சகோதரர்களை தீண்டாதார் என்று ஒதுக்கி வைத்திருக்கிறார்கள்.

இவர்களைத் தவிர ஏழு மில்லியன் முஸ்லீம்களும் வாழ்கிறார்கள். இந்துக்கள் விவாதத் திறமையைக் கருவியாகக் கொண்டிருக்க, முஸ்லீம்கள் வாளை ஆயுதமாகக் கொள்வார்கள்.

இவர்களுக்கிடையே கலப்புத் திருமணமும் கிடையாது. இவர்களது பிளவும் பூசலும் நாளுக்கு நாள் தீவிரமாகி வருகின்றது" என்று சர்ச்சில் நீண்ட உரைதனை முன் வைத்தார்.

மேலும், "இந்துக்களுக்கும் முஸ்லீம்களுக்கும் இடையே உள்நாட்டு போர் மூள்வது உறுதி. இந்துக்களிடையே போர் திறமுள்ள வீரமறவர்கள் இல்லை.

இந்தியாவிலிருந்து பிரிட்டிஷார் விலக வேண்டுமென காந்தியும் நேருவும் கோருகிறார்கள். அவ்வாறு நடக்குமானால் வடஇந்தியாவில் போராட்டம் தொடரும். தெற்கை வடக்கு வென்று விடும். முஸ்லீம்கள் இந்துக்களை வென்று விடுவார்கள்.

எனவேதான் இந்துக்கள் பிரிட்டிஷ் படையைக் கட்டுப்படுத்த வேண்டுமென்கிறார்கள். இந்தச் சதித் திட்டத்திற்கு இந்தியாவின் கோடான கோடி மக்களைப் போல் நாடும் பலியாகக் கூடாது" என தீர்க்க தரிசனத்துடன் சொன்னார். அதுவே இந்நாள் வரை தொடர்கிறது.

'டைம்ஸ்' ஏட்டின் கணிப்பின்படி வழக்கறிஞராகவும் திகழும் காந்தியைக் கோட்டீஸ்வரர்களும் பெருந்தொழிலதிபர்களும் சுற்று கிறார்கள்.

இவர்கள் அனைவரும் மகத்தான மோசடிப் பேர்வழிகள். பிராமணர் கள், இந்தியாவைக் கைப்பற்றினால் உறவினர் சலுகைகளும், ஊழலும், இசை சலுகைகளும் மலிந்து விடுவது உறுதி - என சர்ச்சில் கடுமையாக எச்சரித்தார். அது இன்று வேறு வழியில மோடி வழியில் தொடர்ந்து பதானி, அதானி வளர்ந்து மக்களின் அழிவுப் பாதைக்கு இட்டுச் செல்கிறது.

இதன் விளைவு அவரது பழைய லிப்ரல் உறுப்பினர்கள், நண்பர் களும் சர்ச்சிலை வெறுத்தனர். ஆயினும் இந்திய மசோதா காமன்ஸ் அவையில் நிறைவேறியது.

பிரிட்டிஷ் மக்கள் இந்தியப் பிரச்சனையை பெரிதாகப் பொருட் படுத்தவில்லை. ஏற்கனவே நூற்றாண்டு காலமாக அயர்லாந்த் பிரச்சனை அவர்களை வாட்டி எடுத்தது.

ஆனால், 'வெள்ளையரின் சுமையை' (Whiteman burden) அவர்கள் வழிவழியாக சுமக்கத் தயாராயில்லை.

இந்தியா பற்றிய சர்ச்சிலின் பேருரைகளும், சொற்பொழிவுகளும் ஒரு நூற்றண்டுக்கு முன்னர் பெருமையுற்றாலும், காலம் மாறிவிட்டது.

ஆயினும் அவரது பார்வை இன்றைய நிலையிலும் யோசிக்கத் தக்கதே. அதனின் வெளிச்சத்தை, எதிரொலியை இன்று கண்டுணர்ந்து வருகிறோம்.

1931-ஆம் ஆண்டு கன்சர்வேட்டிவ் கட்சியிலிருந்து விலகினார். 'இந்தியக் கொள்கைப் பற்றி எனக்கு உடன்பாடில்லை. அந்த நிருவாகத் திலும் நான் பணிபுரிய போவதில்லை' - என வெளிப்படையாக அறிவித்தார்.

மீண்டும் திக்குத் தெரியாத அரசியல் கானகத்தில் விடப்பட்டார். எனினும் கன்சர்வேட்டிவ் கட்சியின் பிடியிலிருந்து விலகவில்லை.

◆

அரசியல் அரங்கிலிருந்து தற்காலிகமாக விலகினாலும் தனது பொன்னான நேரத்தை வீணாக்க விரும்பவில்லை.

1930-ஆம் தொடங்கி 1934-ஆம் ஆண்டுக்குள் சர்ச்சில் எழுதி வெளியிட்ட நூல்கள் ஒன்பது ஆகும். அண்மைக் காலத்தில் அவர் ஆற்றிய உரைகளை அவர்தம் சகோதரர் ரேண்டாலஃப் வெளியிட்டார்.

சர்ச்சிலின் நூல்களில் இரண்டு அவர் பத்திரிகைகளில் எழுதிய கட்டுரைகளின் தொகுப்பு. இவற்றில் முக்கியமானது, 'மை ஏர்லி லைப்' (My early life), த வேர்ல்டு கிரைசஸ் (The world crisis) என்ற இறுதித் தொகுதி. தி ஈஸ்டர்ன் ஃபிரண்ட் (The easten front), தாட்ஸ் அண்டு அட்வென்சர்ஸ் (Thoughts and adventures) என்ற நூல்கள் அவரது படைப்பற்றாலையும், சிந்தனைகளையும் வழங்கியது.

இதற்கும் மேலாக அவர் ஆக்கிய பெருநூல் முப்பாட்டனாராகிய மால்பரோ கோமகனாரைப் பற்றியதாகும். இது 2000 பக்கங்களைக் கொண்ட நான்கு தொகுதிகளாக அங்கதமும், நகைச்சுவையும் அவரது மூன்று தலைமுறை மரபுகளையும் அடையாளம் காட்டின. இது பிரிட்டிஷ் அரசு வம்சத்தினரின் பலம், பலகீனங்கள் அடையாளம் காட்டின.

'த கிரேட் கான்டெம்பெரிஸ்' (The great contem poraries) ஸ்டெப் பை ஸ்டெப் (Step by step) என்ற நூல்கள் அவரால் இறுதி காலத்தில் எழுதப் பட்டதாகும்.

இங்கிலாந்தில் 1931-களில் மீண்டும் பொருளாதார சிக்கல்கள் எழுந்தன. அமெரிக்காவில் டாலர் வீழ்ச்சியால் பங்கு சந்தையில் விலைகள் திடீெனெ வீழ்ந்தன.

பணப்புழக்கமும் குறையவே, வாணிகமும் தொழிலும் மந்த மடைந்தன.

இதற்கிடையில் பிணி காரணமாக லாயிட் ஜார்ஜ் பதவியிலிருந்து தற்காலிகமாக விலகினார். அமைச்சரவையில் நெருக்கடி நிலவியது.

ஸ்டெர்லிங், பவுன் மதிப்பை உயர்த்த அமெரிக்காவிடமும் பிரான்சிடமும் கடன் கேட்டனர். அவர்கள் சில நிபந்தனைகளை விதித்தனர். நாடே திவாலாகும் நிலை ஏற்பட்டது. அனைத்துத் துறை யிலும் பின்னடைவைச் சந்திக்க நேர்ந்தது. நிதிநிலை அறிக்கை சமர்ப்பித்தப் பின் மக்டனால்டு தம் வாக்குறுதி மீறி கலைத்து விட்டு பொதுத் தேர்தலை நடத்தினார்.

கன்சர்வேட்டிவ் மகத்தான வெற்றி பெற்றனர். தொழிற்கட்சிகள் வலிமையை இழந்தன. லிப்ரல்கள் பிளவுபட்டனர்.

அரசினரின் வரித் திட்டங்களையும் வேலையில்லா நிவாரணத் திட்டங்களையும் எதிர்த்தார். எனினும் வேலையற்றோர் பிரச்சனையில் திறந்த மனத்துடன் ஆர்வம் காட்டினார். பேரரசு விவகாரங்களில் அதிக ஈடுபாடு கொண்டார்.

அரசுடன் சர்ச்சில் அடிக்கடி மோதிக் கொண்டாலும் விரைவில் அவரது கருத்துகளை நாட்டு மக்கள் உற்றுக் கேட்கத் தொடங்கினர். அரசோ அவரது தாக்குதல்களை அலட்சியம் செய்து பழைய கொள்கை களையே விடாப்பிடியாக கொண்டிருந்தனர். இந்தப் போக்கு நாட்டுக்கு செய்யும் துரோகம் என எச்சரித்தார்.

1931-ல் புதிய அரசு பதவியேற்கும் வேளையில் மஞ்சூரியாவை ஜப்பான் தாக்கியது. மஞ்சூரியாவை ஜப்பானுக்கு விட்டுக் கொடுக்கு மாறு பிரிட்டிஷ் அரசு கேட்டுக் கொண்டது. ஆனால் அமெரிக்காவோ ஜப்பானை எச்சரித்தது.

1932-ஆம் ஆண்டு மார்ச்சில் சர்வதேச சங்கம் ஜப்பானின் ஆக்கிரமிப்பை கண்டனம் செய்த போது, ஜப்பானை எதிர்த்து பிரிட்டன் ஒரு வார்த்தை பேசவில்லை.

ஜப்பானின் ஆக்கிரமிப்புக்கு பலியான சீனாவை சமமாகக் கருதி இரு நாடுகளுக்கும் ஆயுதம் அனுப்புவதையும் நிறுத்தியது.

இதனைத் தொடர்ந்து ஜெர்மனியில் படை குறைப்பு மாநாடு கூட்டப்பட்டது. எல்லா நாடுகளும் படைகளைக் குறைத்துக் கொண்டால் உலகில் அமைதி தவழும் என்று எதிர்பார்க்கப்பட்டது.

இம்மாநாட்டின் இறுதி விளைவு இட்லரும், நாஜிக்களும் ஜெர்மனியை கைப்பற்ற வழிவகுத்ததுதான் மிச்சம். இட்லர் வெளிப்படையாக படைபலத்தைப் பெருக்கிக் கொண்டார்.

இவ்வாறு ஜெனிவா மாநாடு தோல்வியில் முடிவுற்றது.

சர்ச்சில் 1934-ஆம் ஆண்டு ஒரு வானொலி உரையில், "பிரிட்டனின் விமானப் படையை இரு மடங்காக பெருக வேண்டுமென்றும் ஜெர்மனியிடமிருந்து பிரிட்டனைப் பாதுகாக்க ஃபிரான்ஸ் போன்ற தோழமை நாடுகளுடன் சர்வதேச சங்கத்தில் நம்பிக்கைக் கொள்ள வேண்டுமென்றும்" வலியுறுத்தினார்.

சர்ச்சிலின் கொள்கை மக்களின் குரலாக ஒலித்தது. வாக்கெடுப்பும் நடைபெற்றது. பதினாறு மில்லியன் கொண்ட மக்களில் 97 சதவீதம் பேர் சர்வதேச சங்கத்தை ஆதரிப்பதை வரவேற்றும், 87 சதவீதத்தினர் ஆக்ரமிப்பு நாடுகளுக்கு எதிராக சர்வதேச சங்கத்தின் சார்பில் பொருளாதார நடவடிக்கை எடுப்பதை ஆதரித்தனர்.

'பிரிட்டனின் பலம் குன்றியிருப்பது, பலவீனம் ஐரோப்பாவுக்கு ஆபத்து' - என சர்ச்சில் எச்சரித்தார்.

ஆயினும் பிரிட்டன் அரசினர் படைத்தரிக்கும் எண்ணத்தையே கைவிட்டன. இதனைக் கண்டித்து சர்ச்சில், "நமது பாதுகாப்பு திட்டங்கள் அசட்டை செய்யப்பட்டுள்ளன. தவறுகளும் கோழைத் தனங்களும், உறுதியற்ற பத்தாம் பதலித்தனமும் அரசின் கொள்கையாக இருக்கின்றன. அதே நேரத்தில் பிற நாடுகள் யாவும் உறுதியாகவும், தீர்மானமாகவும் தமது படைபலத்தை அதிகரித்து வருகின்றன" என எச்சரித்து சுட்டிக் காட்டினார்.

11

இரண்டாம் உலக யுத்தம்

இங்கிலாந்தில் பொருளாதார மந்தத்தின் விளைவாக சோசலிச அரசு வீழ்ச்சியுற்றது. தொழிற்கட்சித் தலைவர் ராம்சே மக்னால்டு தலைமையில் தேசிய அரசினர் பதவியேற்றிருந்த காலம்.

நிதிநிலைமையைச் சமாளிக்க கடும் சிக்கன நடவடிக்கை மேற்கொள்ள, படைபலத்தைப் பெருக்க, பொருளா தாரமும் இடம் கொடுக்கவில்லை.

அதே வேளையில் ஜெர்மனி வேறு நோக்கத்துடன் படைபலத்தை பெருக்கிக் கொண்டிருந்தது. உள்நாட்டு பாதுகாப்பு என்ற பெயரில் வீரர்களுக்கு பயிற்சிகள் அளிக்கப்பட்டது. இராணுவ பலத்தை பெருக்க இளைஞர்கள் கட்டாய ராணுவத்தில் சேர்க்கப்பட்டனர்.

அமைதி ஒப்பந்தங்கள் தந்திரமாக மீறப்பட்டன. முதல் உலகப் போரில் தன்னை தோற்கடித்த நாடுகளுடன் சமத்துவத்தை வளர்த்துக் கொண்டது. இந்த தந்துரோபாயப் போக்கை உணர்ந்த கடுமையான எச்சரிக்கை விடுத்தார்.

"ஜெர்மானிய படையை அனைவரும் அறிந்து கொள்ள வேண்டும். தம் தந்தையருக்கான நாட்டின் பன்னாட்டு தகுதியைப் பெற டிவுடானிய இளைஞர்களை படைக்களங்களை இணைக்கிறார்கள். இழந்த குடியேற்றங்களை மீண்டும் பெறத் துடிக்கிறார்கள். இவர்கள் கோரிக்கை நிறைவேறியதும் உலக நாடுகள் உரிமைகள் அனைத்தையும் ஆட்டங் காண துடிக்கிறார்கள். இது உறுதி என்றதோடு பிரிட்டன் எடுக்க வேண்டி அடுத்தது என்ன?" என்பது பற்றியும் எச்சரித்தார்.

"குறைகள் நீக்கப்படும் வரை எல்லா நாடுகள் படை பலங்களும், சமத்துவம் பெற வேண்டும். அவர்களின் முயற்சி போரைத் தூண்டுவதாகும். குறைகளை களைவது ஆபத்தின் அடி வேரையே அகற்றுவதாகும். ஏன் ஆபத்தையே அகற்றுவதாகும்" என்றார்.

யாரும் இதனை காதில் போட்டுக் கொள்ளவில்லை. அதற்கு பதிலாக மக்னால்டு படைக்குறைப்பு திட்டத்தில் கவனம் செலுத்தினார். இதற்குள் இட்லர் ஜெர்மனியின் நாட்டின் தலைவராகவும் ஆகி விட்டார். ஜெர்மன் மக்கள் அவரை ஃபியூரர் (Firecher) என்று கொண்டாடினார்கள்.

ஜெர்மனியின் ஜனநாயகத்திற்கு வைக்கப்பட்ட நெருப்பில் ஜன நாயகவாதிகளும், யூதர்களும், பொதுவுடைவாதிகளும் அழிந்தார்கள்.

நாஜிக்களின் ஏதேசதிகாரம் தலை விரித்து வெறியாட்டம் போடத் தொடங்கியது.

1934-ஆம் ஆண்டு ஜூலை 36-ஆம் நாளில் நிகழ்ந்த நைட் ஆப் த நைவ்ஸ் (The night of the knives) இட்லரின் வெற்றிக்கு கால்கோல் ஊன்றப்பட்டது.

அவரது அதிகாரத்தை எதிர்த்தவர்கள் அனைவரும் படுகொலை செய்யப்பட்டார்கள். படைபலத்தை நிலைநாட்டிக் கொண்டார். பழைய சமாதான உடன்படிக்கையை மீறி விமானப் படை பெருக்கிக் கொண்டார்.

சர்ச்சிலோ ஜெர்மன் பலத்தின் விளைவுகளை பற்றி அதிக கவலையும், கவனமும் கொண்டார். இதற்கிடையில் இட்லர் படைத் திரட்டவும் ஆணையிட்டார்.

பிரிட்டனிலும் வான்படையும், கப்பல் படையின் பலத்தை அதிகரிக்கச் செய்தன. வான் பாதுகாப்பு ஆய்வு குழுவில் உறுப்பினராக இருந்த சர்ச்சில் தனது அனுபவங்களின் பயனை நாட்டுக்கு நல்க முடிந்தது.

இன்னொரு பக்கம் இத்தாலியில் முசோலினியின் அரசியலில் ஐரோப்பிய வல்லரசின் பிடியிலிருந்து தப்பிய ஒரே நாடான அபிசினி யாவைத் தாக்கினர்.

அது சர்வதேச சங்கத்திடம் முறையிட்டது. சர்வதேச சங்கத்தின் அமைச்சரான ஆண்டனி ஈடன் இத்தாலிக்கு எதிரான நடவடிக்கைகளில் ஈடுபாடு காட்டினார்.

முசோலினியின் இத்தகைய செயல் சர்ச்சிலுக்கு வியப்பில் ஆழ்த்தி யது. இந்தச் சூழ்நிலையை பயன்படுத்திக் கொண்டு பால்ட்வின் ஐரோப்பாவில் பொதுத் தேர்தலுக்கு உத்தரவிட்டார். கன்சர்வேட்டிவ் இதில் பெரும் வெற்றி பெற்றார்கள்.

அபிசினியா பிரச்சனை இருகூறாக பிரிந்து முசோலினி இத்தாலியை முழுமையாக கப்ளிகரம் செய்தார். இது பிரிட்டனுக்கும் பிரான்சுக்கும் அரசியல் பின்னடைவு, தோல்வி எனலாம்.

அபிசினியாவின் முடிவிற்கு பின்னரும் பிரிட்டன் சர்வதேச சங்கத்தின் மீது நம்பிக்கைக் கொண்டிருந்தது. இந்த நம்பிக்கை பிரஞ்ச் மக்களிடையே அரசிடையே இல்லை. இந்நிலையில் பாதுகாப்பு இணைப்புத் துறை என்ற புதிய அமைச்சகத்தை நிறுவ முடிவு எடுக்கப் பட்டது.

அனுபவத்தின்பால் இதற்கு சர்ச்சில் தேர்ந்தெடுக்கப்பட வேண்டும். பத்திரிகைகளும் சர்ச்சிலுக்கு இதற்கு வாய்ப்பு தரலாம் என எழுதின. ஆனால் சர்ச்சிலின் தகுதிகள் புறக்கணிக்கப்பட்டன.

இட்லரின் நாஜிக்களோடு சர்ச்சில் மீது வசமாரி பொழிந்தன. "சர்ச்சில் ஜெர்மானியின் வெறுப்பாளர். அவர் எழுதுவன இயற்கைக் காட்சியில் ஓவியம் அல்ல. ஜெர்மனியின் அபாயத்தை எதிரொலிக்கும் ஓவியங்கள். அவர் ஒவ்வொரு சொற் பிரயோகமும் நஞ்சை கக்கக் கூடியன. துச்சமாக மதிக்க வேண்டும்" - என கோயபெல்ஸ் எச்சரித்தான்.

டிப்ளோமேட்டிக் கரஸ்பாண்டன்ஸ் (Diblomatic correspondence) என அதிகார பூர்வமாக ஜெர்மானிய ஏடு, 'சர்ச்சில் ஜெர்மானியை நசுக்கத் தூண்டுவதாக' குற்றம் சாட்டியது.

இதனின் வெளிச்சத்தில் ஜெர்மனி, இத்தாலி சர்வாதிகாரிகள் இணைந்து ஜனநாயக நாடுகளுக்கு எதிராக அணி திரட்டினர். அதுவரை பிரான்சின் பக்கம் நின்ற முசோலினி - இட்லருடன் கை கோர்த்தார்.

இவ்வாறு 1936-ல் உலக நிகழ்வுகள் உச்சக் கட்டத்தை எட்டின. அமைதி ஒப்பந்தத்தை மீறி ஜெர்மனி ரைன்லாந்தை ஆக்ரமித்தனர். இப்படி தனது ஆக்டோபஸ் கரத்தை நீட்டியது ஜெர்மனியும், இத்தாலியும்.

சர்ச்சிலின் வாக்கு மெய்யானது.

இட்லரின் ரைன்லாந்து ஆக்ரமிப்பைத் தொடர்ந்து ஹாலந்தும், பெல்ஜியம், பிரான்ஸ் ஆபத்தில் இருப்பதை உணர்ந்தனர். இதனை பாராளுமன்றத்தில் எடுத்துரைத்தார்.

உறுதியும், நம்பிக்கையும் கொண்ட ஸ்பெயின் அரசும் அதன் மக்களும் உரிமையும் வளமும் ஏற்படுவதே பிரான்சும், பிரிட்டனும் விரும்புவதாக குறிப்பிட்டார்.

அதேபோல் சோவியத் ருஷ்யா மட்டும் தனது தேசிய சுதந்திரத்தை காக்கக் கூடிய பலம் பெற்றிருப்பதும், பொது அமைதியை நிலை நாட்டு வதில் ருஷ்யா பெரும் பங்கு கொள்ள வேண்டும் என்று விரும்பினார்.

சர்வ வல்லமை படைத்த பால்ட்வின் சக்தியற்றவராக இருப்பதாக உணர்ந்தார். இந்த விமர்சனம், சர்ச்சிலின் செல்வாக்கு பாராளுமன்றத் திலும் மக்கள் மத்தியிலும் எதிரொலித்தது. அதற்கான காரியமும் கை கூடியது.

1936-ல் ஜனவரி 20-ஆம் நாளில் ஜார்ஜ் மன்னர் காலமானார். அடுத்து இளவரசர் எட்வேர்டு அரியணை ஏறினார். மக்களுடன் உண்மையுடன் உழைத்த பாராட்டுதலை பெற்ற காலம் சென்ற மன்னர் போல் இவர் மக்களை கவரவில்லை.

எட்வேர்டு அரசரின் பிரச்சனையே இதற்கு காரணமாகவும் ஆனது. அவரது திருமணச் சிக்கலே இது நாடெங்கும் எதிரொலித்தது.

இதில் சர்ச்சிலின் பங்கு சிறிதே. 1936 டிசம்பரிலேயே அரசின் திருமணச் சிக்கல் இடியாப்பச் சிக்கலாய் மாறியது. அரசர் காதல் வயப் பட்டார். அது அரசு முறையில் தடைக்கல்லாக இருந்தது.

அரச சபையும் அரண்மனை பரிவாரங்களும் அவரது போக்கை ஆதரிக்கவில்லை. அரசரோ தான் காதலித்த பெண்ணே முக்கியம். அரசர் பதவி முக்கியமல்ல என்பதில் உறுதியாய் இருந்தார்.

அரசரின் திருமண விவகாரத்தில் சர்ச்சிலின் தலையீடு இழுக்கைத் தேடி தந்தது. தன்னல நோக்கோடு இதனை கையாள்கிறார் என்ற குற்றச் சாட்டு எழுந்தது. சர்ச்சில் நண்பர்கள் எச்சரித்தார்கள். அவரை அதை காதில் போட்டுக் கொள்ளவில்லை.

ஆயினும் இறுதியில் எட்வேர்டு முடி துறந்தார்.

சர்ச்சில் இடைவிடாது அரசியலில் தனது கருத்துகளை முன் வைத்தார். தொடர்ந்து, "சர்வாதிகாரிகளின் கொட்டம் அதிகமாகும் ஐரோப்பாவில் சுதந்திர மக்கள் இதனை அபாய அறிகுறியென கண்டு அஞ்சுவார்கள்" என்று எச்சரித்து வந்தார்.

சர்ச்சிலின் தீர்க்க தரிசனம் பலித்தது.

1938-ஆம் ஆண்டு மார்ச்சில் இட்லர் ஆஸ்திரியாவை தாக்கி கைப்பற்றினார். சேம்பர் லென் இது குறித்து வாயே திறக்கவில்லை. பாராளுமன்றத்தில் ஒரு மூலையில் அமர்ந்திருந்த சர்ச்சில் ஜனநாயக நாடுகள் இது குறித்து ஆபத்தை எச்சரித்தார்.

இட்லரின் ஆக்ரமிப்புத் திட்டம் எப்படி விரிவாக்கப் போகிறது என சுட்டிக் காட்டினார்.

கிழக்கில் ரஷ்யர்களும் சர்ச்சிலைப் போலவே நாஜிக்களின் கொட்டத்தை அடக்க எச்சரிக்கை விடுத்தது. பிரான்சின் துணையுடன் செக்கோஸ்லோவியாவுக்கு உதவ முன் வந்தது.

ஐரோப்பாவின் அமைதிக்கு தீங்கு விளைவிக்கக் கூடுமென்ற ருஷ்யாவின் எச்சரிக்கையை சேம்பர் லேன் செவி கொடுக்கவில்லை. முதலில் அமெரிக்காவையும், பின்னர் ருஷ்யாவையும் வீசியெறிந்து விட்டு சேம்பர்லேன் பிரிட்டனை தனிமைப்படுத்தும் முயற்சியில் ஈடுபட்டார். ஆயினும் சர்ச்சில் தன்னுடைய முயற்சிகளை கைவிடவில்லை.

✸

போர் முழக்கமும் உடன்பாடும்

ஒரு பக்கம் இட்லர் தன் ஆக்டோபஸ் ராணுவ பலத்தை பெருக்கிக் கொண்டே வந்தார். மறுபுறம் சிறு சிறு நாடுகளை கப்ளிகரம் செய்தார். பிரிட்டன் அபிசினியாவில் இத்தாலியின் ஆட்சியை ஒப்புக் கொண்டதோ சூயஸ் கால்வாய் கட்டுப்பாட்டிலும் அதற்கு பங்களித்தது.

சர்ச்சில் இத்தகைய போக்கை கடுமை யாக சாடினார். இதனால் அமைதி ஏற்படாது என்று எச்சரித்தார்.

1938-ஆம் ஆண்டு மே மாதம் இரண்டாம் உலகம் யுத்தம் ஆற்றிய உரையில், "சர்வதேச சங்கத்தில் படை பலத்தை பெருக்கி அதற்கு ஆதரவாக நிற்க வேண்டும்; அதிகாரத்தை வலுப்

படுத்த வேண்டும். நம்முடன் ஒன்றுபட்டு நிற்கும் பிரிட்டன், பிரான்ஸ் படைபலத்துக்கு இணையானது ஏதும் இல்லை.

நாஜிக் கொடுமைகளில் எதிர்நோக்கி நிற்கும் இரு நாடுகளை தொடர்பு கொண்டு உதவிக் காண கரம் கோர்த்து செயல்பட வேண்டும். இவ்வாறு பத்து நாடுகள் ஐரோப்பாவில் வலுப்பெற்றால் பேராபத்தை எதிர் கொள்ளலாம்.

அதே நேரத்தில் ருஷ்யாவின் உதவியையும் பெற வேண்டும். இதனுடன் பெருந்தன்மையான தொடர்பு கொண்டால் நாஜிக்களின் ஆக்கிரமிப்பை எதிர்கொள்ள முடியும். இதற்கு பதிலாக நாஜிக்களுடன் கை கோர்த்தால் ஒரு பயனும் ஏற்படாது.

இதன் மூலம் இட்லர் மைய ஐரோப்பாவில் நாஜிக்களின் சர்வாதிகாரத்தை நிலைநாட்டி விடுவார். எனவே நமது வெளிநாட்டுக் கொள்கையை மாற்றிக் கொள்ளாவிட்டால் நாஜிக்களின் கொடுமைக்கு ஆளாவோம்" - என்று எச்சரிக்கை அழைப்பு விடுத்தார்.

இதனை உறுதி செய்யும் வகையில் இட்லர் 'மைன் கேம்ப்' எனும் எனது போராட்டம் என்ற நூலில் தேசங்களை கப்ளிகரம் செய்வது குறித்து எழுதியதும் குறிப்பிடத்தக்கது.

இட்லரின் போலியான சமாதான பேச்சுகளுக்கு பணியாமல் இருக்க அறிக்கை விடுத்தார். 'இட்லரின் தொல்லை செக் நாட்டை மட்டும பொறுத்ததன்று. ஒவ்வொரு நாட்டின் உரிமைக்கும், ஜனநாயகத்திற்கு அது ஆபத்து.'

இட்லரின் சமாதான உடன்படிக்கை என்பது ஓநாய்களுக்கு ஒரு சிறு நாட்டை இரையாக்குவதால், ஐரோப்பாவின் பாதுகாப்பை வாங்கி விடலாமென்பது கானல் நீராகும் - என்று எச்சரித்தார்.

இதன்படி 1939-ஆம் ஆண்டு செப்டம்பரில் பிரான்ஸ் - பிரிட்டன் பிரதமர்கள் மியுனிச் சென்றனர். பிரிட்டனை விட பிரான்ஸ் போரை எவ்வாறேனும் நிறுத்த வேண்டும் என்பது உறுதி கொண்டிருந்தது.

இன்னொரு பக்கம் பிரிட்டனின் சேம்பர்லேனும், டாலடியாரும் இட்லருக்கு அவர் கோரிய பகுதிகளை வழங்க செக் நாடு பலியானது. மேலும் சேம்பர்லேனின் 'கண்ணியம் கலந்த பகுதி காலத்துக்கேற்ற

அமைதி' என்ற கோஷம் நாட்டு மக்களிடையே கொந்தளிப்பை ஏற்படுத்தியது.

பிரதமர் கடும் எதிர்ப்புக்குள்ளானார். டஃகூப்பர் என்ற அமைச்சர் பிரதமரின் ஒப்பந்தத்தை எதிர்த்து ராஜினாமா செய்தார். இந்நிலையில் 'நாசம் நிகழும்' என எச்சரிக்கை விடுத்தார்.

"எல்லாம் முடிந்து விட்டது. செக்நாடு மௌனமாக, கைவிடப்பட்டு சிதைக்கப்பட்டு அவலமாக இருளில் புதைக்கப்பட்டு விட்டது; மேற்கு நாடுகளுடன் சர்வதேச சங்கத்துடனும் அது கொண்டிருந்த உறவுகளுக் கான செக் நாடு மீளத் துயரத்தை அனுபவித்து வருகிறது.

இனி மேல் செக்கோஸ்லோவிக்கியா சுதந்திரம் பெற்ற நாடாக இருக்க முடியாது. நாஜீ ஆட்சியில் மூழ்கி விடும். ஒரு வேளை செக் மக்கள் விரக்தி காரணமாக அல்லது பழி தீர்க்கும் நோக்கத்துடன் ஜெர்மனியுடன் சேர்ந்து கொள்ளலாம்.

எனினும், நமது தோல்விக்கான அச்சாரம் இது; பிரான்சின் தோல்வி அதை விட பயங்கரமானது. நாஜிக் வல்லரசு எப்போது எக்காலத்தும் பிரிட்டனின் நண்பனாக இருக்க முடியாது" என்று குறிப்பிட்டார்.

"போர் என்று பேசுவோரெல்லாம் பித்தர்கள் என்று கருதப்படும் நிலைதான் கடந்த ஐந்தாண்டுகளில் நம் நாட்டுக்கு ஏற்படும் பேராபத்தை உணராமல் பிதற்றுவது தவறு" என்றும்,

ஜெர்மனியின் படை தவிப்பதைக் கூட தடுத்து நிறுத்தி இருக்கக் கூடிய பிரிட்டன் கடந்த ஐந்தாண்டுகளில் பாதுகாப்பு இல்லாமல் பரிதாபத்துடன் நிற்பதை கண்டு கொதித்தெழுந்தார்.

நேச உடன்படிக்கைகளும் புறக்கணிக்கப்பட்டன. இவ்வாறான பிரிட்டனின் சோதனைமிக்க காலக்கட்டத்தில் போதுமான தேசிய பாது காப்பும், பன்னாட்டு காப்பு நிதியும் இன்றி இருப்பது நாட்டின் தலைவர் களே காரணம் என்பதை சர்ச்சில் மக்களிடம் எடுத்துரைத்தார்.

தொடர்ந்து காமன் அவையில் சர்ச்சில் உரையாற்றுகையில், "தாமதமின்றி ருஷ்யாவுடன் பலமான நட்பை ஏற்படுத்திக் கொள்ள வேண்டும். இதில் பால்டிக் நாடுகளையும் சேர்த்துக் கொள்வதில் தவறில்லை" என்று குறிப்பிட்டார்.

சேம்பர்லேனோ ஒரு முடிவுக்கும் வராமல் காலம் கடத்தினார். இதனால் ஜோசப் ஸ்டாலின் சலிப்படைந்தார். ஜெர்மனியுடன் ஒருவருக்கொருவர் ஆக்ரமிப்பதில்லை என ஒப்பந்தம் கொண்டனர்.

ஆயினும் இட்லர் 1939-ல் செப்டம்பர் முதல் நாளில் போலந்தை தாக்கினார்.

சேம்பர்லேன் மதில் மேல் பூனையாக செயல்படுகிறார் என்று கண்டனக் குரல்கள் சபையில் எழுந்தன.

இரண்டு நாட்களில் ஒரு ஞாயிறன்று ஜெர்மனி மீது போர் தொடுப்ப தாக பிரிட்டன் அறிவித்தது. அன்று மாலையே பிரான்ஸூம் போரில் இறங்கியது.

இதுவரை மனிதகுலம் கண்டிராத பயங்கர பேரழிவிற்கான உலகம் யுத்தமாக மாறியது.

◆

உலகை உலுக்கிய போர்

இரண்டாம் உலக யுத்தம் என்பது 1939 செப்டம்பர் 1-2 முதல் 1945 ஆறு ஆண்டுகள் தொடர்ந்தன. அனைத்து உலக வல்லாமைகள் உள்ளிட்ட உலக நாடுகளில் இதில் பங்கெடுத்தன

இவைகளில் அச்சு நாடுகள் - நேச நாடுகள் எனப் பிரிந்து கூட்டணி களை உருவாக்கி மோதிக் கொண்டன. இதில் 30க்கும் மேற்பட்ட நாடுகளைச் சேர்ந்த 10 கோடிக்கும் மேற்பட்ட இராணுவ வீரர்கள் நேரடி யாகப் பங்கெடுத்தனர்.

முக்கிய நேச நாட்டு தலைவர்கள் : ரஷ்யாவின் ஜோசப் ஸ்டாலின், அமெரிக்காவின் ப்ராங்கிளின ருஸ்வெல்ட், பிரிட்டனின் வின்சன்ட் சர்ச்சில்.

முக்கிய அச்சு நாட்டுத் தலைவர்கள் - ஜெர்மனியின் இட்லர், ஜப்பானின் இஹோகித்தோ, இத்தாலியின் பெனிட்டோ முசோலினி - என கூட்டமைப்பில் உலகப் போர் களத்தில் இறங்கின.

“நவீன உலகத்தில் பிரிட்டனும், பிரான்சும் எந்தக் கருத்துக்களுக்காக நிற்கின்றனவோ அவையாவும் வெல்வது உறுதி. இட்லரும், நாஜிக்

கும்பலும் ஐரோப்பாவுக்கு ஜெர்மனியாலும், ப்ரெஸ்வினாலும் ஏற்படும் தொல்லைகளும் முறியடிக்கப்பட்டு அழிவது உறுதி என்று கூறிக் கொள்கிறேன். இந்த உண்மையினை எதிர்கொள்ள உறுதி கொள்வோம்" - என்ற சர்ச்சிலின் தீர்க்க தரிசன உரை பிரிட்டன் மக்களின் காதுகளில் ஒலித்தது.

இரண்டாம் உலகப் போரின் ஆரம்பக் காலக்கட்டத்தில் வெறும் பார்வையாளராகவே இருந்தாலும் பிரிட்டன் தனது பாதுகாப்பை உறுதி செய்துக் கொள்வதில் அதனைக் கையாள்வதில் தனக்கு நல்ல வாய்ப்பு கிடைக்குமென்று காத்திருந்தார்.

இந்நாட்களில் மனநிறைவு கொள்ள சர்ச்சில் மீண்டும் வரலாறு எழுதும் பணியில் இறங்கினார். 'டியூக் ஆப் மால் பரோவின்' வரலாற்றை எழுதி முடித்த கையோடு ஆங்கில இலக்கிய வரலாற்றை எழுத முனைந்தார்.

அட்லாண்டிக் பெருங்கடலின் இருபக்கமும் வாழ்ந்த தமது முன்னோர்களின் வரலாற்றினை தக்க ஒரு பொருளாக்கி கொண்டு பழைய தலைமுறையின் அரசியல் வல்லுநர்களின் செய்த தவறுகளை சுட்டிக் காட்டியும் அதனின்று நாம் பெற வேண்டிய பாடங்களை வருங்கால தலைமுறை அறியவும் முனைந்தார்.

இவ்வாறு சர்ச்சில் நூல்களுக்கு இடையில் தம்மை ஆழ்த்திக் கொண்டிருந்த வேளையில்தான் இட்லர் தமது போர் வெறியை வேகமாக செயல்படுத்தினார். தனது போர் வெறியை தூண்டும் வகையில் காரியத்தில் இறங்கினார் பிரேக் நகர் வீழ்ந்தது. மியூனிச் ஒப்பந்த வேஷம் கலைந்தது.

சர்ச்சின் அபாயா எச்சரிக்கைகள் எதிர்கொண்டு நிற்க, அவருக்கு அரசியலில் தக்க இடம் அளிக்க சுவரொட்டிகளும், பத்திரிகைச் செய்தி களும் வின்செண்ட் மீண்டும் வர வேண்டும் என்று முழங்கத் தொடங்கின.

'டெய்டெலிகிராப்' இதழில் கேம்ரோஸ் பிரபு 'சர்ச்சில் அமைச்சரவையில் இடம் பெறுவது அவசியம்' என எழுதினார். ஆயினும் அவர் பிரதமராவதை எதிர்த்து குரல் கொடுத்தனர். அவரை ஆத்திரக் காரர், ஆபத்தானவர் என்றும் கூச்சலிட்டனர்.

இவ்வாறு விவாதங்களும் எதிர்வாதங்களும் நிகழ்ந்து கொண்டிருந்த வேளையில் மாகினாட் அரணைப் பார்வையிட பிரான்ஸிலிருந்து சர்ச்சிலுக்கு அழைப்பு வந்தது. அழைப்பை ஏற்று அங்கு சென்றார்.

அவருடன் முதல் உலகப் போரின் வீரரென போற்றப்பட்ட மேஜர் ஜெனரல் ஸ்பீயர்ஸ் இருவரும் அரணைச் சுற்றி பார்வையிட்டனர். பிரான்ஸ் நாட்டுத் தலைவர்களுடன் பேச்சு வார்த்தை நடத்தினர்.

சர்ச்சிலுக்கு அரணின் கோடியில் மனிதர் புக முடியாத தேரைக் காடுகள் இயற்கை அரணாக ஃப்ரெஞ்சுகாரர்கள் எண்ணிக்கையில் அதிகம் இருந்தாலும், ஜெர்மானிய விமானப் படைகள் தாக்குதலை எதிர் கொள்ள இந்தக் காடுகளை பயன்படுத்திக் கொள்வார்கள் என்று ஆலோசனை கூறினார். அதே போன்று பிரான்ஸின் இந்தக் காடுகள் ஜெர்மனிக்கு சாதகமாகவும், பிரெஞ்ச் படைகளின் புதை குழியாகவும் மாறின.

இந்த நிலையில்தான் சர்ச்சிலுக்கு இங்கிலாந்து அவரை உணர்ந்து அழைப்பு விடுத்தது. பிரிட்டனின் தனிபெரும் தலைவராக உயர்ந்தார். மீண்டும் கடற்படைத் தலைவராக, அமைச்சராக நியமிக்கப்பட்டார்.

இருபத்தைந்து ஆண்டுகளுக்கு முன் இதே பதவியில் அழகு பார்த்த மக்கள் ஆரவாரத்துடன் வரவேற்றார். பாருலகை மிரட்டிய பயங்கர போர் அவர்களின் அஞ்சா நெஞ்சத்தில் அச்சத்தை மூட்டின.

போர்க்காலச் சூழல்கள் ஆங்காங்கே படமாக்கப்பட்டு, மக்களின் துன்பத் துயரங்களை திரையரங்கில் வெளிச்சமிட்டு காட்டின.

மக்கள் நெருக்குதல்களுக்கு ஆளாயினர். இந்நிலையிலேயே அரசினர் செயலகங்களும், வணிக நிறுவனங்களும், குடிமக்களும் கூட்ட கூட்ட மாக இடம் பெயர்ந்தனர்.

பள்ளிச் சிறுவர்கள், தாய்மார்கள் இடம் விட்டுப் பெற செயலில் இறங்கினர். முதல் ஓரிரு நாட்களிலேயே ஒன்றரை கோடி மக்கள் இடம் பெயர்ந்தனர். நகரங்களில் வாழ்ந்து வளர்ந்த இளைஞர்கள் கிராமங்களை நோக்கிப் படையெடுத்தார்கள்.

ஆயினும் அவர்கள் அஞ்சி ஓடவில்லை. அதனை எதிர் நோக்கி னார்கள். சவாலை சந்திக்க தயாராகினர். விட்டுக் கொடுக்கும் போக்கை மாற்றி அதனை மாற்றிக் கொள்ள முனைந்தனர்.

இது குறித்து சர்ச்சில் குறிப்பிடுகையில், "வெளியுலகில் போரின் சூறைக் காற்று வீசலாம். பாசீசத்தின் சீற்றத்திற்கு நாடுகள் பலியாகலாம். ஆனால் இந்த ஞாயிறு நாளின் காலையில் நம் உள்ளங்களில் அமைதி நிலவட்டும். இந்தப் போர்.... அதன் அடிப்படைத் தன்மையில் அதனை நோக்கும்போது, தனி நபரின் உரிமைகளை நிலைநாட்ட வேண்டிய ஊடுருவ முடியாத பாறையாக நம்மை அமைத்துக் கொள்ள வேண்டும். இந்தப் போர் மனிதனின் முழுத் தகுதியையும் புத்துயிருடன் போராடி நிலை பெற செய்ய வேண்டிய புனிதப் போராகும்" - என மக்களை எழுச்சிக் கொள்ளச் செய்தார்.

உழைப்பால் அதுவும் கடின உழைப்பால் உயர்ந்த சர்ச்சில் இரவு பகலாக உழைத்து, கப்பற்படையை வலிமையாக்கி செயற்படத் தொடங்கினார்.

கப்பல் படைக்கு தேவையான கப்பல்களை உருவாக்குவது, கடற் கண்ணிகளை எங்கெங்கு அமைப்பது, கடல் தளங்களை கட்டுதல், பழைய தளங்கள் சீர் செய்தல், எதிரிகளின் வர்த்தக கப்பல்களை ஒழித்துக் கட்டுதல், எதிரியின் நீர் மூழ்கி கப்பல்களை அடையாளம் கண்டு அழித்தொழித்தல் என வீரர்களை உற்சாகப்படுத்தி முனைப்புடன் செயலாற்றினார்.

படைப்பலத்தை பெருக்க அவர் எவ்வளவு கூறியும் பாதுகாப்பு ஏற்பாடுகள் காலத்துக்கேற்ற வகையில் செயல்படவில்லை.

மியூனிச் அபாய சங்கு முழங்கியது. ஜெர்மனியின் 'லோப் வாஃபே' (Loft waffe) வான்படை ஸ்பெனில் ரத்த களறி கண்டு பின் பிரிட்டிஷில் ஊடுருவியது. அதனை எதிர்க்க தயாராகவில்லை. போதிய படைபலம் இன்றியே தவித்தது. எனினும் ஜெர்மனின் பார்வை கிழக்கு போலந்தை நோக்கியதால் பிரிட்டன் தப்பியது.

ஜெர்மனியின் தரைப்படையும், வான் படையும் போலந்தை பதம் பார்க்க, கப்பல் படைகள் பிரிட்டனின் கப்பல்களை அழிப்பதில் மும்முரம் காட்டின.

ஜெர்மனியின் 'யூ' படகுகள் பிரிட்டனுக்குச் சொந்தமான 'அதீனா' என்ற பயணிகள் கப்பலை எவ்வித எச்சரிக்கையும் இன்றி மூழ்கடித்தன. இது தவறாக நிகழ்ந்தது என கோயபல்ஸ் எனும் பொய் மூட்டையின்

கலகக்காரன் சொன்னாலும் இத்தகைய வரம்பு மீறிய தாக்குதல்களை ஜெர்மன் தொடர்ந்து செய்தது.

போர் தொடங்கிய பதினைந்து நாட்களில் கடல் வழியில் 11,000 டன் எடையுள்ள பிரிட்டிஷ் கப்பலை மூழ்கடித்தது. இதனால் அச்சம் கொண்ட அமெரிக்காவும் போரில் ஈடுபட்டிருக்கும் நாடுகளுக்கு சொந்த மான கப்பல்களில் பயணம் செய்ய வேண்டாமென்றும் எச்சரித்தது.

இட்லரைப் போலவே சர்ச்சிலும் முதல் உலகப் போரின் படிப்பினை களை உணர்ந்திருந்தார். ஜெர்மன் நீர் மூழ்கிப் கப்பல்களுக்கு எதிரான நடவடிக்கைகளில் ஈடுபட்டார்.

பெருங்கடல்களில் ஜெர்மானிய வணிகக் கப்பல்கள் பிரிட்டிஷ் கப்பற்படையால் சிறை பிடிக்கப்பட்டன. ஜெர்மனியில் 'யூ' படகுகள் மூழ்கடிக்கப்பட்டன. 1939 ஆண்டிலேயே ஜெர்மனி 'யூ' படகுகளின் பாதியை இழந்ததாக சர்ச்சில் அறிவித்தார்.

ஆயினும், பிரிட்டன் ஜெர்மனியின் தாக்குதலுக்கு கப்பல்களை இழந்தன. பிரிட்டிஷ் கப்பற்படையும் பதிலடி தருவதில் தயங்கவில்லை. 1939-ஆம் ஆண்டு டிசம்பரில் ஜெர்மன் கப்பலான அட்மிரல் சிராப் இந்திய, தென் அட்லாண்டிக் கடலில் வேட்டையாடிக் கொண்டிருந்த போது அதனை மூன்று பிரிட்டிஷ் கப்பல்கள் அதனை சூழ்ந்து குண்டு மழை பொழிந்து சரணடையச் செய்தது.

1939-ஆம் ஆண்டின் முடிவுக்குள் ஜெர்மனி தனது 'யூ' படகுகளின் பாதியை இழந்ததென சர்ச்சில் அறிவித்தார். பிரிட்டிஷ் கப்பற்படை ஜெர்மனிக்கு பதிலடி கொடுப்பதில் தயக்கம் காட்டவில்லை.

சர்வதேச சட்டப்படி நார்வேயின் கடல் பகுதிக்குள் புகுந்து எதிரியை தாக்கிய சர்ச்சிலின் செயல் சரியா? தவறா? என்று ஒரு புறம் இருந்தாலும் அவரின் திட்டமிடப்பட்ட நடைமுறை காரியத்தை வரவேற்றனர்.

"இட்லர் நாள்தோறும் சர்வதேச சட்டங்களை மீறிக் கொண்டி ருக்கும்போது மனித குல மாண்புக்கு எதிரான வகையில் மக்களை கொன்று குவித்தும், கொலை, கொள்ளை என்று கூச்சலிட்டும் அவன் கைப்பற்றிய இடங்களை மீட்டெடுப்பதில் யார்தான் மகிழ்ச்சி அடையாமல் இருப்பார்கள்" - என 'நியூயார்க் ஹெரால்ட் டிரிபியூனல்' (Newyork Herald-Tribunal) எழுதியது.

இந்நிலையில் "சர்ச்சிலும் அவரின் அடியார்களும் தம்முடைய கொள்கைகளை மாற்றிக் கொள்ளாவிட்டால் தொடர்ந்து எதிராக போர் செய்வோம்" என இட்லர் எச்சரித்தான்.

பதிலுக்கு சர்ச்சிலும் "நவீன உலகத்தில் பிரிட்டனும், பிரான்சும் எந்த கருத்துகளுக்காக நிற்கின்றவோ அவையாவும் வெற்றி பெறும். இட்லரும், நாஜிக் ஆட்சியும், ஐரோப்பாவுக்கு ஜெர்மனி, ரஷ்யாவால் ஏற்படும் தொல்லைகளை எதிர்கொண்டு முறியடிப்போம்; உங்களை அழித் தொழிப்போம். இந்த உறுதிமொழியை ஏற்று செயல்படுவோம்" - என தீர்க்க தரிசனத்தோடு குரல் கொடுத்தார்.

◆

போரின் திருப்பம்

சர்ச்சிலைப் போலவே ஸ்டாலின் இட்லரின் 'எனது போராட்டம்' நூலை ஊன்றி படித்தவர். மேற்கு ஐரோப்பாவைப் பற்றி இட்லர் என்ன திட்டங்கள் வைத்திருந்தாலும் அவன் மேற்கு ருஷ்யாவை கைப்பற்றுவது உறுதி என்பதை ஸ்டாலின் அறிந்திருந்தார்.

அதுபோல இட்லரின் ஆக்டோபஸ் கரங்கள் ருஷ்யாவுடன் செய்து கொண்ட ஒப்பந்தங்களை மீறி போலந்தின் சில பகுதிகளை கைப்பற்றி நடவடிக்கைகளில் இறங்கினான்.

அத்தகைய நாள் நெருங்குவதற்கு முன் கிழக்கு போலந்தை ஒட்டிய நீண்ட பிரதேசத்தை இதற்கு பயன்படுத்த எண்ணி, பால்டிக் நாடு களிடையே ஒப்பந்தத்தை ஏற்படுத்திக் கொண்டார்.

அதே நாளில் எஸ்தோனியா, லாத்வியா போன்ற நாடுகளுடன் ஒப்பந்தம் செய்து தங்கள் படைகளை அங்கு பாதுகாப்பு அரணாக நிலை நிறுத்திக் கொண்டார்.

தொடர்ந்து பின்லாந்தை ஸ்டாலின் அணுகியபோது முதல் உலகப் போரில் ஜெர்மனுக்கு ஆதரவாக நின்ற அதன் பீல்ட் மாஸ்டர் மனார்ஹைம் அவரது வேண்டுகோளை மறுத்ததோடு களத்தில் இறங்கி ருஷ்யப் படைகளை முறியடித்தார்.

இதற்கு இத்தாலிய வான்படை, ஸ்டாலினின் ராணுவம் அதற்கு துணைபுரிந்தனர். பிரிட்டனும் தன் படைகலன்களை, தளவாடங்களை

குவித்தது. பின்லாந்த் போரின் விளைவுகள் முக்கியமானவை, ருஷ்யாவின் தொடக்கக் கால தோல்வி அதன் ராணுவ பலம் வலிமையாக இல்லாததே காரணம்.

பொதுவுடைமையின் எதிரியான சர்ச்சில், ''ருஷ்யாவின் தோல்விக்கும் பொதுவுடைமை தத்துவத்தின் கீழ் ருஷ்ய மக்கள் நலிவுற்றதுதான் காரணம்'' என்றும் குறிப்பிட்டார்.

ஆனால், ஸ்டாலின் பின்லாந்த் படையெடுப்பில் குளறுபடிகளின் காரணங்களை நிறைவு செய்வதில் ஈடுபட்டார்.

நாஜிக் அரசுக்கு எதிரான போராட்டத்தின் மையம் சர்ச்சில் தாம் என்று இட்லர் தனிமைப்படுத்திக் கூறியதிலும் உண்மையுண்டு.

போர் தொடங்கிய முதல் மாதத்திலேயே பிரிட்டன் கடலில் மட்டுமே, கடலுக்கு மேலுள்ள வான் பகுதிகளில் எதிர்ப்பு நடைவடிக்கைகளை மேற்கொண்டது. பிரிட்டன் அவசரப் படை பிரான்சில் வந்திறங்கியது. ப்ரஞ்ச் படைகளுடன் இணைந்து புகழ் பெற்ற மாகினாட் அரணைக் காப்பதில் முனைந்தன.

இதே வேளையில் இட்லர் ஜெர்மானிய எல்லையில் சீக்ஃபிரிட் அரணைக் கட்டத் தொடங்கினான். இதனை தடுக்க பிரிட்டனும் பிரான்ஸூம் தவறின. இதன் மூலம் இட்லரின் முடிவுகளில் தவறிழைத்தனர்.

பாய்வதற்குத்தான் புலி பதுங்கியது என்பதை உணரவில்லை. நாட்டு மக்கள் அனைவரையும் திரட்டுவதிலோ, ஆயுதங்களை வளர்த்தெடுப்பதிலோ பிரிட்டன் கோட்டை விட்டது. மேலும் 1939-களில் பிரிட்டனில் வேலையற்றோர் தொகையும் அதிகரித்தது.

நடுநிலை வகுத்த நாடுகள் இது குறித்து அச்சம் கொண்டன. பிரிட்டனும் பிரான்சும் போலந்தை மீட்பதாக வீறாப்புடன் போரைத் தொடங்கின. ஆனால் அது நிறைவேறவில்லை.

'பிரிட்டிஷ்' - பிரஞ்ச் படைகள் ஜெர்மனியிடமிருந்து சம்பளம் பெறுகின்றதா? என்று கிண்டலடித்தன.

பிரான்ஸில் நிறுத்தப்பட்டிருந்த பிரிட்டிஷ் படைகளின் மனவுறுதி கலைவதாக செய்திகள் வந்தன. இந்நிலையில் பிரிட்டிஷ் படைகள் இட்லரை எவ்வாறு தோற்கடிக்க முடியும்?

இவ்விதம் குழப்பங்கள் நீடித்திருந்த வேலையில் சர்ச்சில் தனது கடற்படைத் துறையை உண்மையான போரை நடத்துவதில் தீவிரம் காட்டினார். இவ்வாறு அவர் உண்மையாக உழைத்தாலும் அமைச்சரவை சகாக்கள் செயலற்ற தன்மை அவரை பொறுமை இழக்கச் செய்தது.

1940-ஆம் ஆண்டு காமன்வெல்தில் (சபையில்) உரையாற்றுகையில், "நாட்டின் விவசாயத்தைப் பெருக்க வேண்டும். உணவுப் பொருள்களை அதிகம் விளைவித்து, நாம் உற்பத்தி செய்யும் பயிர்களுக்கு ஏற்றவாறு உண்ண வேண்டும். இதனால் நாம், நம் கடற்படையினரின் சுமைகளை குறைத்து, எதிரியை முனைப்புடன் தாக்குதலில் ஈடுபட உதவ முடியும். நம்மீது எப்போது அடி விழும், எங்கிருந்து விழும் என்பதைக் கூட கண்டுபிடிக்க முடியாத அளவுக்கு இட்லரே அதிசயிக்கும் வண்ணம் செயல்பட வேண்டும்" என்று குறிப்பிட்டார்.

மேலும் "பிரிட்டனில் தொழிலாளர் தொகையை பெருக்க வேண்டும்; போர்த் தளவாட உற்பத்தியில் பெண்களை ஈடுபடுத்த வேண்டும்" என திட்டங்களை தீட்டினார்.

சர்ச்சிலின் மறுப்புகளையும் எதிர்ப்புகளையும் யாரும் காதில் போட்டுக் கொள்வார் இல்லை.

சேம்பர்லேன், நாடு தன்னை அர்ப்பணித்துக் கொண்டிருந்த போரின் தன்மைகளை கண்டு கொள்ளவில்லை. நார்வேயையும் டென்மார்க்கையும் தாக்கி இட்லர் பதில் சொன்னார்.

"இது முதல், 'போலிப்போர்' முடிவுற்று, பயங்கரப் போராக உருவானது. இந்த கடுமையான காலத்தில் அரசினரின் கையாலாகத் தன்மையினால் அன்று" என்றார்.

அதேவேளை கடற்படை அமைச்சரான சர்ச்சிலின் பேச்சினால் பிரிட்டன் உணர்ச்சி பெற்றது. இதனை பேசுதற்கு சர்ச்சிலுக்கு உரிமை உண்டு. ஏனெனில் அவர் தலைமை ஏற்றிருந்த துறைதான் போரில் ஈடுபட்டிருந்தது. நாட்டு மக்களின் உணர்ச்சிகளையெல்லாம் அவர் பேச்சுகளின் வழியே செயல்பட்டார்.

1939-ஆம் ஆண்டு அக்டோபர் முதல் போரின் போக்கைப் பற்றி அவர் வானொலியில் தொடர்ந்து பல உரைகள் ஆற்றினார். வானொலிப் பேச்சாற்றலில் அவர் வல்லவர் என்பதை உலகம் உணர்ந்தது. அவருடைய

வளமான சொல்நடையும், நகைச்சுவையும் வானொலிக்கும் பொருத்த மாக இருந்ததால், அவரது நேர்மையான ஒளி மறைவு இல்லாத பேச்சை மக்கள் கேட்டு மகிழ்ந்தனர்.

அக்டோபரில் அவர் நிகழ்த்திய வானொலி உரையில், "இரத்தக் கறையும், ஊழலும் படிந்த கரங்களைக் கொண்ட இட்லரும், அவரது சிறு கூட்டமும் ஆதரவற்ற ஜெர்மன் மக்களை அடக்கி ஆள்கிறவரைக்கும் அவர்களின் கிடுக்குபிடியை தளர்த்த வரையிலும் வெற்றி கிடைக்காது" என்றும்,

"நாம் போரைத் தொடங்கி விட்டோம். போரை தொடர்ந்து செய்கிறோம்; இறைவனின் துணையுடன் உரிமையையும் நாகரிகத்தை யும் காக்கும் காவலர்களாக நாம் முன்னேறுவோம்; முன்னேறி கொண்டே இருப்போம்" என்ற அவரது முழக்கம் நாடெங்கும் ஒலித்தது.

சர்ச்சிலின் கடற்படை வீரவேச தாக்குதல்களும், பாராளுமன்ற உரை களும், தேவாலய ஞாயிறு மேடை பேச்சுக்களும் நடுநிலை நாடுகளின் அவல நிலையும் அவரின் உரைக்கு செவி மடுத்தன.

அவரது சிந்தனையின் வீச்சு பலித்தது. நடுநிலை நாடுகள் ஒன்றன்பின் ஒன்றாக வீழ்ந்தன. 1940களில் ஜெர்மன் படைகள் நார்வேக்கும் ஜெர்மன் படைகள் புகுந்தன.

இந்த துரோகச் செயலை உலக நாடுகள் கண்டுணர்ந்தன. சம்பந்தப் பட்ட நார்வே, டென்மார்க் இதனை எதிர்பார்க்கவும் இல்லை. சேம்பர்லேனும் இதனை நம்பவில்லை.

சர்ச்சில் உடனடியாக நார்வேயின் மேற்கு கடற்கரைக்கு அப்பால் கடற் கண்ணிகளை புதைக்குமாறு வற்புறுத்தினார். அவ்வாறே ஏப்ரல் 8-ஆம் நாளில் கண்ணிகள் புதைக்கப்பட்டதும் அறிந்து ஜெர்மன் பத்திரிகைகள் கடுமையாக அவரை தாக்கி எழுதின.

இதற்குள் இட்லரின் உள்நோக்கம் தெளிவாயின. பிரிட்டன் தான் இட்லரின் பெரிய எதிரி; பிரிட்டனை தோற்கடிக்க வேண்டுமெனில் அதனை கடலில் நெருங்க வேண்டும்.

இட்லர் டென்மார்க், ஃபாரோ தீவுகள், ஐஸ்லாண்ட், தென்கிரின்லாந்த் தனது கட்டுப்பாட்டுக்குள் முயற்சிக்கும் வேளையில்

இந்த அபாயத்தை உணர்ந்த சர்ச்சில் ஏப்ரல் 10-ஆம் தேதியன்று ஜெர்மனியின் தாக்குதலுக்கு எதிராக பாரோஸ் தீவுகளில் பிரிட்டனின் வடகடலுக்கு பாதுகாப்பளித்தார்.

பிரிட்டிஷ் நாசகாரி 'ரினோனா' ஜெர்மனியின் 'ஷார்ன்ஷோர்ஸ்டை' கப்பலைத் தாக்கி மூழ்கடித்தது. இந்த நெருக்கடியில் பிரிட்டிஷ் கடற் படையின் துணை கொண்டு சர்ச்சில் புரிந்த சாதனைகள் குறிப்பிடத் தக்கவை.

ஆயினும் இட்லரின் கொடூரத் தாக்குதல்கள் பிரிட்டனின் பாராளு மன்றத்தை குலைத்தது. பிரிட்டன் பிரதமர் சேம்பர்லேன் கடுமையாக விமர்சிக்கப்பட்டார்.

அவரை பதவியிலிருந்து விலகும்படி உறுப்பினர்கள் வலியுறுத்தினர். ஆயினும் சர்ச்சில் உண்மையான விசுவாசத்துடன் தனது தலைவரைப் பாதுகாக்க முழுப் பொறுப்பையும் தம்மீது சுமத்திக் கொண்டார். முப்பத்தொன்பது அரசு ஆதரவாளர்களும், முப்பத்து மூன்று கன்சர்வேட்டிவ்களும் சேம்பர்லேனுக்கு எதிராக வாக்களித்தனர்.

தலைவா வா! தலைமையேற்க வா!

மே திங்கள் 10ஆம் நாள் லிப்ரல்களும், தொழிற்கட்சியினரும் கூட்டமைச்சரவைக்கு அழைக்கப்பட்டனர். பிரதமராகப் பதவி ஏற்க வின்சென்ட் சர்ச்சிலுக்கு அழைப்பு வந்தது.

இதே நாளில் ஜெர்மனி ஹாலந்தையும் பெல்ஜியத்தையும் தாக்கியதாக செய்தி வந்தது. அதே நாள் மாலையில் சேம்பர்லேன் தன் பதவியை ராஜினாமா செய்தார். சர்ச்சிலை அழைக்கவும் அரசருக்கு ஆலோசனை கூறினார்.

நீண்ட நாள் இதற்காக காத்திருந்த பிரிட்டிஷ் மக்களும் நல்வாய்ப்பினை பெற்ற சர்ச்சில், பிரிட்டனின் தனிப் பெரும் தலைவரானார்.

நாடு இக்கட்டான சூழலில் சூழ்ந்திருந்தது. நாட்டு மக்கள் ‘உயிரை விட

மானமே பெரிது' என்ற பேருண்மையை உணர்ந்தனர்.

நாட்டை எதிர்நோக்கியிருந்த ஜீவமரணப் போராட்டத்தில் சர்ச்சில்தான் தக்கத் தலைவர் என்பதை எல்லாக் கட்சியினரும் மக்கள் பிரிவினரும் ஐயமற ஒப்புக் கொண்டார்கள்.

1940-ல் நாடு முழுவதும் இந்த நம்பிக்கையில் பங்கு கொண்டதும் அவரது வெற்றி வாய்ப்பும், 'வரலாற்றை எழுதிக் கொண்டிருந்தவன் வரலாறு படைக்கிறான். ஓவியம் தீட்டியவன் காவியத் தலைவனானான்' என பத்திரிகைகள் எழுதின.

பதவி ஏற்ற மறுநாளே ஐந்து உறுப்பினர்களைக் கொண்ட அமைச்சரவையின் உட்குழுவை ஏற்படுத்தினார். அதில் அட்லி, கிரின்வுட் ஆகியோர் இடம் பெற்றனர். மே 13-ஆம் நாள் சர்ச்சில் காமன்ஸ் அவையின் முன் தமது அமைச்சரவை பட்டியலை சமர்ப்பித்தார்.

இதில் முந்தைய குழுத் தலைவர்களும், அப்போதைய ஆட்சிக் காலத்தில் அவரை விமர்ச்சித்தவர்களும் தோளோடு தோள் சேர்த்து, யாரிடத்தும் பகைமை பாராட்டாது தமக்கே இயல்பாகவுள்ள தாராள மனப்பான்மையுடன் நாட்டின் அப்போதைய சூழலுக்கு ஏற்ப அவர்களை பயன்படுத்தி நேசக் கரத்தை பலப்படுத்திக் கொண்டார்.

பிரதமராக பதவி ஏற்றபின் காமன்ஸ் சபையில் அவர் ஆற்றிய உரை, "இந்த அமைச்சரவையில் ஏற்கனவே உள்ளவர்களுடன் பகிர்ந்து கொண்டதையே இந்தப் பேரவையிலும் பகிர்ந்து கொள்கிறேன்.

இப்போதைய சூழலில் நம் குருதி, கடும் உழைப்பு, கண்ணீர், வியர்வை இவற்றைத் தவிர வேறெதையும் நான் தர முடியாது. கடுமையான சோதனைக் காலத்தை நாம் சந்தித்து வருகிறோம். இன்னும் பல மாதங்கள் நாம் போராட வேண்டிய நிலையில் உள்ளோம்.

எனது கொள்கை என்னவென்று கேட்பது என் காதில் ஒலிக்கிறது. நீரிலும், நிலத்திலும், வானிலும் நமது சர்வ வல்லமையுடன் போராட வேண்டியதே நம்முன்னே நிற்கிறது.

மனித குலம் செய்துள்ள அக்கிரமத்தின் நீண்ட, இருண்ட, துயரத்துக் குரிய பட்டியலை விடவும் விஞ்சும் கொடிய அராஜகத்தை எதிர்த்துப் போராட வேண்டும்.

அதுதான் நமது வெற்றி, எப்பாடுபட்டும் வெற்றி, அனைத்து அச்சுறுத்தல்களுக்கு எதிர்த்து வெற்றி! வெற்றி பாதை எவ்வளவு நீண்டிருந்தாலும் கடினமாக இருந்தாலும் வெற்றி! ஏனெனில் வெற்றி யின்றி நமது வாழ்வில்லை... எனவே நாம் ஒன்றுபட்டு வன்மையுடன் செல்வோம், வெல்வோம்" - என அவரது வீரமிக்க பேச்சு மக்களிடம் பலத்தையும் உற்சாகத்தையும் ஏற்படுத்தின.

இந்நிலையில் இட்லர் ஹாலந்தையும், பெல்ஜியத்தையும் தாக்குவா ரென்பது திறமைப் படைத்த பார்வையாளர்கள் ஏற்கனவே முன்னறி வித்தனர்.

பிரிட்டனும், ப்ரான்ஸூம் இதை உணராமல் கூட்டு பாதுகாப்பு களை வலுப்படுத்தாமல் கடந்த காலத்தில் இறுமாந்திருந்தனர்.

மே திங்கள் 10-ஆம் காலை மூன்று நாடுகளை தாக்கி இவ்விரு நாடுகளின் மீது இடைவிடாது குண்டு மழை பொழிந்து குழப்பத்தை ஏற்படுத்தினான் இட்லர். இதன் விளைவு ஹாலந்தின் அரசி இங்கிலாந்தில் அடைக்கலம் புகுந்தார்.

மே 15 அன்று நெதர்லாந்து படையின் சரணாகதி கையெழுத்தானது. மே 16 அன்று ஜெர்மன் துருப்புகள் ப்ரஸல்ஸ் நகரைச் சூழ்ந்தன. அடுத்த நாள் அன்ட்வெர்ப் வீழ்ந்தும், ஊடுறவே முடியாத லீஜே கோட்டைகளை பாரசூட் வீரர்கள் கைப்பற்றினர்.

தொடர்ந்து நாமூர், லுவான் நகர நூலகமும் தீக்கிரையானது.

மே 27-ல் பெல்ஜியம் ஜெர்மனியிடம் சரண அடைந்து விட்டதாக செய்தி வெளியிட்டார்.

மே 23லேயே போலோனும் வீழ்ந்தது. இதனூடே பிரிட்டிஷ் வீரர்களின் பலர் தியாகத்தினால் பிரிட்டிஷ் படை காப்பாற்றப்பட்டது.

பிரதமர் என்ற முறையில் இது பற்றி சகல இரகசிய செய்திகளும் சர்ச்சிலுக்கு கிடைத்தது. நிலைமை எவ்வளவு மோசமாகி விட்டதென் பதையும், ப்ரான்சின் போராட்டத்தை தொடர முடியாத நிலையையும் சர்ச்சில் தெளிவாக உணர்ந்தார். இதனை நாட்டு மக்களுக்கு விடுத்த முதல் வானொலி செய்தியில் குறிப்பாக உணர்த்தினார்.

வெகு சீக்கிரம் ஐரோப்பாவில் நிலைமை முறையில் திசை திரும்பக் கூடும் என்ற அச்சம் சர்ச்சிலுக்கு இருந்தது.

"ப்ரான்சில் நடக்கும் போரின் கெடுபிடி குறைந்ததும் அடுத்து ஜெர்மனி பிரிட்டிஷ் தீவுகளைத் தாக்கும். அத்தகைய இக்கட்டான நெருக்கடி நிலை ஏற்படுகின்றபோது நாம் எந்தவிதமான நடவடிக்கை யையும், ஏன்? மிகக் கண்டிப்பான நடவடிக்கைகளையும் எடுக்கத் தவற மாட்டோம்; மக்களின் முழுச் சக்திக்கு உட்பட்டு இறுதி மூச்சு வரை உள்ள சகல முயற்சிகளையும், தியாகங்களையும் செய்யுமாறு அழைப்பு விடுப்போம். மானத்திற்காகவும், வாழ்வுக்காகவும், உரிமைக்காகவும் நாம் தொடுக்கின்ற போராட்டத்திற்கு நமது சொத்தின் மீது நாம் கொள்ளும் நலத்தையும் தொழிற்சாலைகளில் உழைக்கும் நேரத்தையும் தியாகம் செய்வது கூட இணையாகாது" - என்று டிரினிட்டி ஞாயிறு (Trinity Sunday) திருவிழாவன்று உரையாற்றினார்.

"நமது நாடும், புனிதத் திருப்பணி பீடங்களும் களங்கப்பட்டுப் சிதைவதை விட நாம் போரில் சிதைவது நலம் தரும். இறைவன் திருநாமப் படியே ஆகட்டும்" என்ற ஆன்மிகத் தொனியில் அவரின் அன்றைய உரை முடிந்தது.

◆

எதையும் தாங்கும் இதயம்

பிரிட்டிஷ் தீவுகளுக்கும் போர் வரப் போகின்றது என்றச் செய்தி சர்ச்சில் எச்சரித்தது மக்களை ஏமாற்றும் நோக்கத்துடன் விடப்பட்ட செய்தி அல்ல. பிரிட்டிஷ், ப்ரெஞ் படைகள் இயந்திர வாகனங்களை எதிர்த்து நிற்க முடியும் என்ற உணர்ந்திருந்தனர்.

ஆனால், தேசத் துரோகச் செயல்கள் மறைந்திருந்து சதி செய்யு மானால் உள்ளிருந்து சதியும் அம்பலமாகி விடும் என்பதையும் அறிந்தார்.

மே திங்கள் 27-ஆம் நாளில் பெல்ஜிய அரசர் முன்னறிவிப்பின்றி திடீரெனச் சரணடைந்தது மிக அதிர்ச்சித் தரத்தக்க பேரிடியாக நேச நாடுகளை தாக்கியது. இது பிரிட்டனையும் ப்ரான்சையும் சிக்கலில் ஆழ்த்தின.

இது குறித்து எச்சரிக்கையும் செய்தார்.

“தாங்க முடியாத செய்தியை தாங்கிக் கொள்ளத் தயாராகுமாறு இந்தப் பேரவையினரைக் கேட்டுக் கொள்கிறேன். இந்தப் போரிலே ஏற்படக் கூடிய எத்தகைய அபாயமும், நாம் உறுதிப்பாடு கொடுத்திருக்கின்ற உலகத்தின் பாதுகாப்பை மேற்கொள்ளும் பணியினின்று நம்மை விடுவித்துக் கொள்ள வழி வகுக்காது என்று மட்டும் கூற விரும்புகிறேன்.

மேலும், அவற்றால் நாம் நம்மை நாமே மீண்டும் உயிர்ப்பித்துக் கொள்ளக் கூடிய அளவில் நம்பிக்கைகளையும் அழிக்க விடக் கூடாது. முன்னர் பல சந்தர்ப்பங்களில் நம் வரலாற்றில் அழிவுகள் மூலமும், துயரத்தின் மூலமும் நமது எதிரிகளை இறுதியாக முறியடித்திருக்கிறோம் என்பதையும் நாம் மறந்து விடக் கூடாது” - என நம்பிக்கை விதை விதைத்தார்.

இதனின் தொடர்ச்சியாக புதிய போருக்கான அமைச்சர் ஆண்டனியிடம் மே 14-ஆம் நாள் உள்நாட்டுப் பாதுகாப்புக்காக ‘உள்நாட்டுப் பாதுகாப்பு தொண்டர் படை’ தயாராகும் என்று அறிவித்தார்.

ஜெர்மானிய பாராசூட் தாக்குதல்களிலிருந்து தம் பகுதிகளை பாதுகாக்க ஒவ்வொரு நகரத்திலும், கிராமத்திலும் மக்கள் இப்படைக்குத் திரட்டப்பட்டனர். சிறு துப்பாக்கிகளும், கத்திகளும் பிற ஆயுதங்களும் இத்தொண்டர் படை தம் மீது தரித்துக் கொண்டு களத்தில் இறங்கின.

தாக்குதலின் போது தெரு விளக்குகள் அணைப்பது, கொரில்லாப் போர் பயிற்சியும் அளிக்கப்பட்டன. இறுதிவரை போராடி உயிர் துறக்கும் துணிவும், மன உறுதியும் இவர்களுக்கு ஆயுதங்களாக பயிற்றுவிக்கப் பட்டன.

சர்ச்சில் பெல்ஜியத்திலும், வடப்ரான்சிலும் ஜெர்மனியின் படை தாக்குதலை சமாளிக்க 4000 துப்பாக்கி வீரர்கள் களமிறக்கினார்.

“ஒவ்வொருவரும் தம்தம் கடமைகளைச் செய்வார்களேயானால் மிகச் சிறப்பான ஏற்பாடுகளுடன் செயல்படுவோமானால் நமது நாட்டை பாதுகாக்கின்ற நிலைமையை நாம் பெற முடியும். இன்னும் அவசியமானால் தனிந்து நின்று போராடுவோம்” - என படைவீரர்களுக்கு உற்சாகமூட்டினார்.

மேலும், “நாம் சரணடையப் போவதில்லை” என்றார். மக்களும் ‘அப்படியே ஆகட்டும்’ என்று ஆமோதித்தனர். ப்ரான்ஸ் நாட்டிலே

சர்ச்சிலைப் போல வழிநடத்த யாரும் இல்லை என்பதே சோகம்.

◆

களத்தில் இறங்கிய இத்தாலி

இதுவரை நடுநிலைமை வகித்து வந்த முசோலினி ப்ரான்சின் வீழ்ச்சியைத் தக்க சமயமாக கருதி போரில் குதித்து, தானும் ஒரு சர்வாதிகாரி என அடையாளம் காட்டினார்.

இத்தாலிக்கும் இங்கிலாந்திற்கும் இடையேயுள்ள பரம்பரையான தொடர்புகளை சுட்டிக் காட்டி போரில் இறங்க வேண்டாமென சர்ச்சில் கேட்டுக் கொண்டார். இதனை முசோலினி காதில் போட்டுக் கொள்ளவே இல்லை.

ஜூன் 13-ஆம் நாளன்று பாரிஸ் நகரம் 'திறந்து விடப்பட்ட நகரம்' என அறிவிக்கப்பட்டு ஜெர்மானிய படைகள் பாரிசுக்குள் நுழைந்தன.

இட்லரிடம் சரணடைய வேண்டுமென்று பிரான்சின் அரசியல்வாதி களில் ஒரு பகுதியினர் விரும்பினார்கள் என்பதையும் சர்ச்சில் உணர்ந்தார்.

மேலும் மேலும் தாக்கிக் கொண்டிருந்த நிலையில் ப்ரான்ஸ் மக்கள் தங்கள் உயிருக்காக தப்பியோடும் அகதிகளையும் கைவிடப்பட்ட ராணுவ அமைப்புகளுமே தினம் காணுகின்ற குழப்பமிக்க நாடாக மாறிக் கொண்டிருந்தது.

சர்ச்சில் ப்ரான்ஸுக்கு உதவ எவ்வளவோ முயற்சித்தும், ஒன்றுபட்டு களமிற இறங்க ஆதரவு கரம் நீட்டினாலும், துணிந்து ஜெர்மானிக்கு எதிராக தமது படைகளை அனுப்பி உதவிகளாலும் அது தோல்வியைச் சந்தித்தது.

இதன் முக்கிய விளைவு, பிரெஞ்ச் கடற்படை இட்லருக்கு பயனற்ற தாகிப் போய் விட்டது. இது தவிர 'ஓரான்' தாக்குதலை நடத்துமாறு ஆணைப் பிறப்பித்த சர்ச்சிலை எளிதாக பணிய வைக்க முடியாதென்ற பாடத்தையும் இட்லர் புரிந்து கொண்டார்.

ப்ரான்ஸ் போரிலிருந்து விலகியதும் இட்லர் தமது முழு பலத்தையும் திரட்டி பிரிட்டன் மீது தாக்குதல் தொடுத்தான்.

சர்ச்சில் இதனை எதிர்க்கத் துணிந்தார். பிரிட்டிஷ் வான் படையின் பலத்தைப் பெருக்குவதில் முழு மூச்சுடன் ஈடுபட்டார். நாட்டின் படைகளில் ஒன்றரை மில்லியன் வீரர்களே இருந்தனர்.

மாநில படையினர் ஒரு மில்லியன் வரை அதிகரிக்கப்பட்டனர். கடற்கரை பாதுகாப்பு அதிகரிக்கப்பட்டன. சாலைகள், கால்வாய்கள், ஆறுகளின் ஓரங்களில் தற்காப்பு சுவர்களை ஏற்படுத்தினார். இடங்களை குறிக்கும் பெயர் பலகைகளை அகற்றினார்.

சர்ச்சில் ஏற்கனவே குறிப்பிட்டது போல், ‘கடற்கரைகளிலும், வயல் களிலும், வீதிகளிலும் எதிரிகளை தும்சம் செய்ய வீரர்கள் துணிந்தனர்.’

மேலும் கால நிலை காரணமாக பிரிட்டனின் எதிர்ப்பு அதிகரிக்கவே ஜெர்மனியின் குண்டு வீச்சு விமானங்கள் தடுமாறித் திரும்பின. பிரிட்டிஷ் விமான எண்ணிக்கை குறைவாயினும் எதிரிக்கு அதிக நாசத்தை ஏற்படுத்தினர்.

ஜெர்மன் பிரிட்டன் போரிலும், அதனைத் தொடர்ந்து இலண்டன் போரிலும் நிகழ்த்திய மும்முரமான விமான தாக்குதல் சர்ச்சிலுக்கு தக்க வாய்ப்பாய் அமைந்தன.

நிலை குலைக்க முடியாத நம்பிக்கையின் அடிப்படையில் தன்னை ஆக்கிக் கொள்ள சர்ச்சில் இந்த வாய்ப்பினை முழுக்க பயன்படுத்திக் கொண்டார்.

எங்கெல்லாம் குண்டுகள் மழைபோல் பொழிந்ததாலோ அங்கெல்லாம் சர்ச்சில் விரைந்து சென்றார். வீரர்களுக்கு உற்சாகம் ஊட்டினார்.

வீடிழந்து வீதிகளில் அலைந்த மக்களுக்கு அவர் ஆறுதல் கூறி உற்சாக மூட்டினார்.

அவரது உருவமும், அவர் கூறும் நம்பிக்கை இன்மொழிகளும் அவர்களுக்கு புதிய நம்பிக்கையையும், ஊக்கத்தையும், ‘உயிர் பிழைக்கும் உணர்வையும் பெறுவோம்’ என்று அவரது உரத்தக் குரல் மக்களுக்கு எழுச்சியைத் தந்தன.

‘நாம் நலிந்து போகாமல் இருப்போமானால் நமது வாழ்வு மகத்தானது’ என்ற குரல் மக்களின் வீறு கொண்ட படையெடுப்பில்

இட்லர் கண்ட தோல்வியானது பிரிட்டனின் வரலாற்றின் முன்னேற்றப் பாதையில் மிக முக்கியமான ஒரு மைல் கல் என்று கூறி நாட்டு மக்களின் நெஞ்சுறுதியை மேலும் வளப்படுத்தினார்.

அவ்வாண்டு மாரிக்காலம் முழுதும் எதிரியின் தாக்குதல் தொடர்ந்தாலும் 'எதையும் தாங்குவோம்' என்ற சர்ச்சிலின் குரல் பிரிட்டன் மக்கள் 'விருதுமொழி' ஆனது.

ஜூன் திங்களின் பிரிட்டனின் எதிர்ப்பைத் தாங்க முடியாத இட்லர் ருஷ்யா மீது தாக்குதலை திசை திருப்பினான்.

இலண்டனுக்கு மேல் ஆகாயம் மேக மூட்டமின்றி இருக்கவே, நகர மாந்தர் விநோதமான உணர்வுடன் துயில் கொள்ளத் தொடங்கினர். இது நாள் வரை அவர்கள் கேட்டு பழக்கமான குண்டுப் பேரிரைச்சல் நின்றன. இருள் விலகியது.

✹

14

நேச நாடுகள் – அச்சு நாடுகள்

தியாகங்களின்றி போரை வெல்ல முடியாது என்ற சர்ச்சிலின் நம்பிக்கை வீண் போகவில்லை. அவர் பிரதமராக பதவியேற்ற இரண்டரை ஆண்டுகளில் பிரிட்டன் பெரும்பாலும் தற்காப்பில் முனைந்திருந்த போதிலும் சாகசமான வீரச் செயல்களிலும் ஈடுபடத் தயங்க வில்லை.

இந்நிலையில் சர்ச்சில் டாங்குகளை யும், பீரங்கிகளையும், படை வீரர்களை யும் இத்தாலிக்கு எதிராக அனுப்பி வைத்தார். ஆப்பிரிக்க முனையை துணிவு டன் மேற்கொண்ட இந்த நடவடிக்கை யின் விளைவாக பிரிட்டிஷ் பேரரசு காப்பாற்றப்பட்டது என்பது மிகையன்று.

ஆஸ்திரியாவை இட்லர் கைப்

பற்றியதுபோல, முசோலினி கிரேக்க நாட்டை விழுங்க எண்ணினான். கிரேக்க மக்கள் பிரிட்டிஷ் விமானப் படை உதவியுடன் எதிர் கொண்டனர். இத்தாலியப் படைகள் அல்பேனியாவுக்குள் புகலிடம் தேடின.

இதற்குள் சர்ச்சில் அனுப்பி வைத்த டாங்குகளும், ஆஸ்திரேலிய நியூசிலாந்து படைகளும் எகிப்தை வந்தடைந்தன.

போரைத் தொடங்கும்போது முசோலினி எண்ணியிருந்ததற்கு மாறாக இப்போது புறமுதுகு காட்டின. முசோலினியின் படைகள் உண்மையான போரில் இறங்கியபோது அவனது ராணுவ பலமும், கடற்படையும் தோல்வி கண்டு சூன்யமாய் காட்சியளித்தது.

இதனை சர்ச்சில், "அடிப்பட்ட ஓநாயான முசோலினி தன்னைக் காப்பாற்றிக் கொள்வதற்காக இத்தாலி நாட்டை ஜெர்மன் ஏகாதிபத்தி யத்திற்கு அடகு வைத்திருக்கிறான். இவன் பசி வெறியுடன் மட்டு மல்லாது, வெற்றி மமதையுடனும், ஜெர்மன் புவிக்கு அருகில் நடமாடுகிறான்" என்றும் குறிப்பிட்டார்.

இந்நிலையில், அமெரிக்கர்களுடன் சர்ச்சில் கொண்டிருந்த நட்புறவு அவர்களுக்குள் சுமூகமான இணக்கத்தை ஏற்படுத்தி இருந்தது.

சர்ச்சிலின் துணிவும் தன் முனைப்பும் சொல்லாண்மையும் வீரச் செயல்களும் அமெரிக்கா விரும்பும் பண்புகளாக இருந்தது.

சர்ச்சில் இங்கிலாந்தின் பிரதமரானதும் அமெரிக்கர்களின் மனப் பான்மை மாறியது. அமெரிக்காவின் ஜனாதிபதி ப்ராங்கிளின் ரூஸ்வெல்ட் உலகத்தின் உரிமைக்காக நாடெங்கும் போராட்டத்தில் சர்ச்சிலுடன் கைகோர்க்க முன் வந்தார்.

1940 ஜூன் மாதத்தில் ரூஸ்வெல்ட் நேச நாடுகளுக்கு உதவ முன்வந்தார். செப்டம்பரில் ஆங்கிலோ அமெரிக்க உடன்பாடு ஏற்பட்ட பின் பிரிட்டன் அமெரிக்காவுக்கு சில விமான கடல் தளங்களைக் கொடுத்து, அதற்குப் பதிலாக ஐம்பது நாசகாரி கப்பல்களைப் பெற்றுக் கொண்டது. மேலும் சர்ச்சில் அமெரிக்கா ஜனநாயகத்தின் படைவீடாக மாறவும் ரூஸ்வெல்டின் கனவை வரவேற்றார்.

கிரேட் பிரிட்டனுக்கு மேலும் உதவி செய்வதில் பின்வாங்கப் போவதில்லை. அதற்காக அமெரிக்காவின் ஊக்கமும் வளங்களும், நிர்வாக சக்தியும் பெற அதிக அளவில் விமானங்களும், கப்பல்களும், டாங்குகளும், பீரங்கிகளும் வழங்கப்படும் என்று ரூஸ்வெல்ட் அமெரிக்க காங்கிரஸ் சபையில் குறிப்பிட்டார்.

"மூன்று முறை அமெரிக்க ஜனாதிபதியாக பதவி வகித்தவரும், 130 மில்லியன் மக்களின் ஒப்பற்றத் தலைவருமான உங்கள் பெயரால் என்ன விடைதரச் சொல்கிறீர்கள்.

நான் ஜனாதிபதி ரூஸ்வெல்டுக்குக் கொடுக்கப் போகும் பதில் இதுதான். எங்களை நம்புங்கள். உங்களின் நெஞ்சார்ந்த உறுதியையும், ஆசியையும் எங்களுக்குத் தாருங்கள். எல்லாம் நல்ல வண்ணம் நிறை வேறும். நாங்கள் தோல்வியைக் காணப் போவதில்லை. நாங்கள் நலிவுற்றும் இருக்க மாட்டோம்.

போர் தரும் விளைவுகளைக் கண்டு அதிர்ச்சியோ, இடர்ப்பாடு களோ எங்களை ஆட்கொள்ள முடியாது. சாதனங்களைத் தாருங்கள் சாதித்துக் காட்டுவோம்."

- என்ற சர்ச்சிலின் பதிலுரையை அமெரிக்க மக்கள் வரவேற்றார்கள். அத்திங்களிலேயே அமெரிக்கக் காங்கிரஸ் பிரிட்டனும் உதவி அளிக்கும் மசோதாவை இயற்றியது.

1941-ஆம் ஆண்டு கிருத்துமஸ் செய்தியாக இட்லர் "இதுவரை ஜெர்மனியின் வரலாறு கண்டிராத மாபெரும் வெற்றியாக புத்தாண்டில் அளிக்கும்" - என்று சூளுரைத்தான்.

அதேநேரத்தில் அவனது கையாளான முசோலினியின் தோல்வியைக் கண்டு வெறுப்பும் கொண்டான்.

கிரேக்க நாட்டையும், எகிப்தையும் கைப்பற்றி அச்சு நாட்டுப் படைகள் மத்திய கிழக்கு வழியாகத் தெற்கிலிருந்து ருஷ்யாவுக்குள் ஊடுருவி, இந்தியாவைத் தாக்கவும் இத்தாலிக்கு கட்டளையிட்டான் இட்லர்.

ஆனால், கிரேக்க நாட்டில் இத்தாலிய படை படுதோல்வியைக் கண்டதுடன் கைப்பற்றிய ஆப்பிரிக்காவையும் இழந்தது.

பல்கேரியா அச்சு நாடுகளில் இணைந்த உடனே ஜெர்மன் படைகள் அந்நாட்டின் வழியே கிரேக்க நாட்டின் எல்லையை நெருங்க, யூகோஸ்லோவியாவின் ஆளுநரான இளவரசர் பாலும் மக்களின் வெறுப்புக்கிடையே ஜெர்மனியுடன் கை கோர்க்க, அங்கு ஏற்பட்ட ராணுவப் புரட்சியில் பாலின் அரசு வீழ்த்தப்பட்டு பீட்டர் அரசர் தலைமையில் தேசிய தற்காப்புப் படை அமைக்கப்பட்டது.

ஜெர்மனியின் விமானங்களும், டாங்குகளும், யூகோஸ்லோவியா வுக்குள்ளும் கிரேக்க நாட்டுக்குள்ளும் புகுந்தன.

இவ்விரு நாடுகளும் வீழ்வது அறிந்து, அவற்றுக்குப் போதிய உதவி வழங்க சர்ச்சில் முன் வந்தார்.

அந்நாட்டின் பேராற்றல் மிக்க இனத்தின் கோபக்கனலில் இருந்த புதிய இயக்கத்திற்கு, ஆதரவு அளிக்கும் வகையில் புதிய யூகோஸ்லோவிய அரசு பிரிட்டனால் அங்கீகரிக்கப்பட்டு போதிய உதவியைத் தந்தனர்.

அச்சுப் படைகளுக்கு எதிராக மத்திய கிழக்கிற்குச் செல்லும் வழியைத் தடை செய்வதுதான் இறுதியாக எடுக்க வேண்டிய நடவடிக்கை.

ஆகஸ்டில் பிரிட்டனும், ருஷ்யாவும் பாரசீகத்திற்குள் ஒரே நேரத்தில் படைகளை அனுப்பின. பாரசீக குடாவிலிருந்து ருஷ்யாவக்கு பிரிட்டிஷ் வழங்கும் பொருட்களைக் கொண்டு செல்ல ஒரு நேர் வழியை அமைப்பது நேச நாடுகளின் திட்டம்.

ஐரோப்பாவில் இன்னும் நாஜிகளுக்கு எதிராக நின்ற ஒரே நாடான பிரிட்டனைப் பணிய வைப்பதில் ருஷ்யாவை நம்ப வைக்க முடியுமா என்பதில் இட்லரின் ஐயப்பாடு.

இட்லரும், உக்ரைனையும் ருஷ்யாவும் மேற்கு மாநிலங்களையும் ஒருவாறு வெல்லக்கூடும் என்பதை ஸ்டாலினும் அறிவார். எனவே, பிரிட்டனையும் இட்லர் வீழ்த்தி விட்டால், ஜெர்மனியை எதிர்ப்பதில் ருஷ்யா மட்டுமே தனித்து நிற்க வேண்டிய நிலை ஏற்படும் என்பதை ஸ்டாலின் உணர்ந்திருந்தனர்.

ஜூன் 22-ஆம் தேதி ருஷ்யா மீது தாம் பொறுமை இழந்து விட்டதாகக் கூறி, ருஷ்ய எல்லைக்குள் இட்லர் தம்முடைய 'பான்சர்'

படைகளை அனுப்பினான். இக்கட்டான நிலை உருவானது.

பிரிட்டன் இட்லரை எவ்வளவு வெறுத்ததோ அதே அளவு பிரிட்டிஷ் மக்களும், அமெரிக்கரும் சோவியத்தின் போல்ஷ்வீக் கொள்கைகளை வெறுத்தனர்.

இதில் சர்ச்சில் எவ்விதக் குழப்பமும் கொள்ளவில்லை. அவர் பொதுவுடைமை சித்தாந்தத்தை விரும்பவில்லை என்றாலும், ஜெர்மன் ராணுவ மேலாதிக்கமே உலக அமைதியின் முதல் எதிரி என்பதை முற்றிலும் உணர்ந்திருந்தார்.

ருஷ்யாவை ஜெர்மனி தாக்கிய அதேநாளில் சர்ச்சில் தமது கொள்கையை அறிவித்ததுடன் நாஜிக்களின் துரோகச் செயலினை நேரிடையாய்த் தாக்கினார்.

"இட்லர் இரத்தவெறி கொண்டு பேராசையும் கொள்ளயடிக்கும் இச்சைக் கொண்ட திருப்தி செய்ய முடியாத தீமைகளின் மொத்த உருவம். இரத்த வெறி கொண்ட தரங்கெட்ட கீழ்மகன்... இட்லரின் வெறியால் அகில ஐரோப்பாவும் அழிகின்ற போதிலும் சீனாவில் வாழும் 400 முதல் 500 மில்லியன் மக்களும், 350 மில்லியன் இந்தியர்களும் ஆழங் காண முடியாத இழிவுப் படுகுழியில் வீழ்வதற்கும் வழி காண துடிக் கிறான். இதன்மேல் இழிவின் பேய் சின்னமான ஸ்வஸ்திகா பொறிக்கப் படும்" - என எச்சரித்தார்; கடுமையான சொற்களினால் இட்லரின் பாசிசப் போக்கைக் கண்டித்தார்.

ருஷ்யாவின் இவ்வளவு இக்கட்டான காலத்திலும் அவர்கள் அத்தேசத்தைக் காப்பாற்ற முன்னேற்றப் பாதையில் வெற்றிப்பாதையில் நடைபோட்டுக் கொண்டிருப்பதைச் சுட்டிக்காட்டினார். அதேசமயம் "பொதுவுடைமையைப் பற்றி தம் முன்னோர்கள் கூறியவைகள் அனைத்தையும் மறுக்கப் போவதில்லை" என்றும் சர்ச்சில் குறிப்பிட்டார்.

"எனினும், எமது குறிக்கோள் ஒன்றே ஒன்றுதான். மாற்ற முடியாத ஒரே நோக்கம்... அதாவது இட்லரையும், நாஜிக் கொடுமையையும், அதன் சாயலையும் அழித்து ஒழிக்க தாம் உறுதி பூண்டுள்ளோம். இதிலிருந்து நாம் விலகப் போவதில்லை.

இட்லருடனும், அவரது கூட்டத்தாருடன் இனி பேச்சுவார்த்தை நடத்தப் போவதில்லை. அவரைக் கடலிலும், வானத்திலும், நிலத்திலும்

எதிர்த்துப் போராடுவோம். நாஜிக்களை எதிர்க்கின்ற எவருக்கும், எந்த நாட்டுக்கும் நமது ஆதரவுக்கரம் கொடுப்போம். இதுவே, நமது கொள்கையும் அறிக்கையுமாகும்" என ருஷ்யாவுடன் இணைந்து போரிட உறுதி பூண்டார்.

இந்த அறிக்கையை பிரிட்டிஷ் மக்களும் வரவேற்றனர். அவர்களின் மனத்தில் இருந்த குழப்பங்களும் நீங்கின.

போல்ஷ்வீக் கொள்கையின் முதல் எதிரியான சர்ச்சிலே இட்லருக்கு எதிராக ஸ்டாலினுக்கு உதவ முன் வருவாரானால், அவரைப் பின்பற்ற மற்றவர்கள் தயக்கம் காட்டுவானேன்?

பிரிட்டனைப் பொறுத்தவரையில் நாஜிக் கொள்கையான நீதி, நம்பிக்கை, மனிதநேயம், சமயப்பற்று, நேர்மை ஆகியவற்றுக்கு எதிராக விடுத்தச் சவாலை ஏற்று அனைவரும் ஒன்றிணைவோம் என்பதே.

அட்லாண்டிக் சாசனம்

பிரிட்டனைப் பொறுத்தவரையில், நிலைகுலைந்து கிடக்கும் நேச நாடுகளையும், நடுநிலை நாடுகளை இட்லரின் நாடு பிடிக்கும் பேராசை களிலிருந்து மீட்க வேண்டும். இதன்படியே அமெரிக்க ஜனாதிபதி ரூஸ்வெல்ட்டும் எண்ணியதால், இருநாட்டுத் தலைவர்களும் இது பற்றியும், இரு நாடுகளுக்கான பொதுவான பிரச்சினையும் சந்தித்துப் பேச விரும்பின.

இவர்களின் சந்திப்பு அமெரிக்கக் கடற்கரைக்கு அப்பால் ஒரு மறைவான இடத்தில் கடலில் நடக்கத் தீர்மானிக்கப்பட்டது. சர்ச்சில் பிரிட்டிஷ் போர்க் கப்பலான 'பிரின்ஸ் ஆப் பேல்ஸ்' கப்பலிலும், ரூஸ்வெல்ட் அமெரிக்க அகஸ்டா கப்பலில் பயணம் செய்து, ராணுவத் தலைவர்கள், தூதுவர்களின் வல்லுநர்கள் இணைந்து அட்லாண்டிக் பெருங்கடலில் சந்திப்பு நிகழ்ந்ததால் 'அட்லாண்டிக் சாசனம்' உருவானது.

எல்லா நாடுகளுக்கும் சுயாட்சியும், சமத்துவமான பொருளாதார வாய்ப்புகளும், முன்னேற்றமும், சமூக உறுதிப்பாடும், அச்சமின்றி வாழவும், தேவைகளைப் பூர்த்தி செய்யவும், சமூக உறுதிப்பாடும், சர்வ தேசத்திலும் நிலையான பாதுகாப்பு ஏற்பாட்டை நிறுவவும், அவசிய மென சாசனம் கோரியது.

நாடு திரும்பிய வின்செண்ட் சர்ச்சில் அமெரிக்காவுடன் நடத்திய பேச்சு வார்த்தைகளை வானொலி மூலம், இத்தகையப் பேச்சு வார்த்தைகள் தீயசக்திகளுக்கு எதிராக நல்ல சக்திகளை ஒன்று திரட்டுவதில் உள்ள நன்மைகளைச் சுட்டிக் காட்டினார்.

அட்லாண்டிக் சாசனத்தின் சில பகுதிகளுக்கு விளக்கம் தரும் வகையில்,

"அமெரிக்க ஜனாதிபதியும், பிரிட்டனின் பிரதிநிதியும் நாஜிக் கொடுங்கோன்மையை வீழ்த்த நம் இரு நாடுகளும் இணைய உறுதி பூண்டுள்ளோம்.

இதுவரை இட்லர் அமெரிக்கா மீது போர் தொடுக்காததற்கு காரணம் என்னவென்றால், அது அவர் அமெரிக்க நிறுவனங்கள் மீது அவர் கொண்டுள்ள அக்கறையினால் அல்ல. தகுந்த சாக்குப் போக்கைக் கண்டுபிடிக்க முடியாமல் இருப்பதுதான் காரணம்.

இட்லர் இதுவரை ஆறு நாடுகளுக்கு மேல் கைப்பற்றி கொன் றொழித்து அபகரித்துள்ளான். தொடர்ந்து நாடுகளை விழுங்குவதுதான் அவனது நோக்கம். எனவே, இனியாவது சுதந்திரத்தை மதிக்கும் நாடுகள் ஒற்றுமையுடன் செயல்பட வேண்டும்.

அடுத்துப் போர் பற்றிய திட்டங்களை ஆராய அமெரிக்கா, பிரிட்டிஷ், ருஷ்யத் தலைவர்களுக்குள் ஒரு மாநாடு மாஸ்கோவில் நடக்க இருக்கிறது" என்று சர்ச்சில் அறிவித்தார்.

ஆகஸ்ட் 24-ஆம் நாள் ருஷ்யா உள்பட நேச நாடுகள் யாவும் சாசனத்தை ஏற்றுக் கொண்டன. அதே மாதம் 29-ல் மாஸ்கோ மாநாடு தொடங்கியது. இரு நாட்கள் நடந்த மாநாட்டில் பிரிட்டனும், அமெரிக்காவும் கேட்கும் உதவிகளை ருஷ்யா தர முன் வந்தது.

இட்லர் இக்கூட்டணியை எதிர்பார்க்கவில்லை. இனி ரஷ்யாவை நெருங்க முடியாது என்று தீர்மானித்தான்; நெருங்கவும் முடியவில்லை. ருஷ்யாவிலிருந்து பின் வாங்கினான்.

இட்லரைப் போலவே ஜப்பானும் அகில உலகமெல்லாம் ஆள வேண்டுமென்று இரகசிய திட்டத்துடன் இருந்தது. ஜப்பானை அமெரிக்காவுடன் மோத விட்டு, ருஷ்யாவுக்கும், பிரிட்டனுக்கும்

அமெரிக்க உதவி கிடைக்காதவாறு திசை திருப்பவும் விரும்பினான் இட்லர்.

இந்நிலையில் ஜப்பானுக்கும் அமெரிக்காவுக்கும் கருத்து வேறுபாடு களைக் களைய பேச்சு வார்த்தை நடத்த ஜப்பான் வாஷிங்டனுக்கு ஒரு நட்பு தூதுக்குழுவை அனுப்பியது. பேச்சு வார்த்தை நடந்து கொண்டிருக்கும்போதே 1941ஆம் ஆண்டு டிசம்பர் 7ல் ஹவாய் தீவிலுள்ள 'பேர்ல்' துறைமுகத்தில் நிறுத்தி வைக்கப்பட்டிருந்த நீழ்மூழ்கிக் கப்பல்கள் மீது தாக்குதல் தொடுத்தது ஜப்பான். எதிர்பாராத இந்தத் தாக்குதலில் அமெரிக்கா அதிர்ச்சியடைந்தது.

இதே நேரத்தில் பிலிப்பைன்ஸ் தீவில் இருந்த குவாம், வேக் மிட்வே போன்ற அமெரிக்கத் தளங்களையும் தாக்கியது.

அதோடு நில்லாமல் ஜனாதிபதி ருஸ்வெல்ட்தான் உலகப் போருக்குக் காரணம் என்றும், ஜெர்மனியை எதிர்க்குமாறு போலந்து மக்களைத் தூண்டினாரென்றும் ஜெர்மனிக்கு அறிக்க விடுத்தனர். அடுத்த நாள் இத்தாலியும் இட்லரின் வழியைப் பின்பற்றியது.

ஜப்பான் தொடர்ந்து பிரிட்டிஷ் கடற்படையில் கண்களெனத் திகழ்ந்த 'பிரின்ஸ் ஆப் வேல்ஸ்', ரிப்ல்ஸ் என்ற இரண்டு பெரும் கப்பல் களை மூழ்கடித்தன.

வருங்காலம் இன்னும் இடர்ப்பாடாக இருந்தபோதிலும், பிரிட்டன், அமெரிக்க, ருஷ்யா, சீனா ஆகிய நாடுகளின் பின்னால் மக்களின் நம்பிக்கையும் உணர்வுகளும் ஒன்றுபட்டு நின்றன.

சர்ச்சில் 1941, டிசம்பரில் அமெரிக்கா சென்று ஜனாதிபதி ரூஸ்வெல்ட்டுன் பேச்சு வார்த்தை மேற்கொண்டு, நேச நாடுகளும் - அச்சு நாடுகளும் போர்க்களத்தில் எதிர்த்து நின்றன.

சர்ச்சிலின் அமெரிக்கப் பயணமும், அவரின் ஆளுமையும் அமெரிக்கர்களுக்கு புத்துணர்ச்சி ஊட்டின. டிசம்பர் இறுதி நாளில் அமெரிக்க காங்கிரஸ் சபையில் உரையாற்றுகிற சிறப்பு கௌரவம் தந்தது. போரின் நிலையை ஒளிமறைவின்றி விளக்கி, நேச நாடுகளுக்கு வெற்றி உறுதி என்ற நம்பிக்கையை விதைத்தார்.

போரில் பிரம்மாண்டமான முன்னேற்றம் ஏற்பட்டுள்ளது என்றும் இன்னும் ஓராண்டில் உறுதிப்படும் என்றும் 1943 வாக்கில் நம் இரு நாடுகளும் தாமே பெரும் அளவில் முனைந்து செயலாற்ற முடியும் என்று தீர்க்கதரிசனமாய் குறிப்பிட்டார்.

தொடர்ந்து கனடா நாட்டு பாராளுமன்றத்திலும், "எதிரிகளின் ஆக்ரமிப்புக்கு உட்பட்டவர்கள் விரைவில் விடுதலை பெறுவார்கள். எனவே, நாம் முனைப்புடன் நமது பணியில் ஈடுபடுவோம். நாம் எதிர்நோக்கும் சோதனைகள் ஏராளம். எனினும் நல்ல உள்ளத்துடன், நம்பிக்கையுடன், என்ன துன்பம் வந்தாலும், எத்தனைத் தியாகம் செய்தும், இணைந்து எதிரியை வீழ்த்துவோம்" என்று சூளுரைத்தார்.

வெற்றியை நோக்கி...

1942-ஆம் ஆண்டு எதிரியுடன் மரணப்பிடியில் சிக்குண்ட நேச நாடு களை இணைக்கும் ஆண்டாக தீர்க்க தரிசனமாகக் கூறியது பலித்தது. நேச நாடுகள் சக்திகளை ஒன்றுதிரட்டி அச்சு நாடுகளின் மேல் பாய தற்காப்புப் போரையே எடுத்து வந்தன. போரின் இழப்பும் அதிகரித்துக் கொண்டே வந்தன.

நீரிலும் நிலத்திலும் வானிலும் எதிரியை அழிக்கத் தளவாடங்களைக் குவித்தன. போர்த் திட்டங்களை ஒன்று படுத்தவும் அவர் முழு மூச்சுடன் உழைத்தனர்.

ருஷ்யாவுடன் பிரிட்டனின் உறவு, ஒத்துழைப்பு அதிகமானது. உள்நாட்டில்

எவ்வித ராணுவத்தின் செயல்பாடுகள் காண முடியாமல் பொறுமை இழந்து வெகுண்டு கொண்டிருந்த மக்களை ஒன்றுபடுத்தியும் முடுக்கி விடும் பணி, சச்சிலின் பணியாக இருந்ததும் அவருக்கு 24 மணி நேரம்கூட போதாமையாக இருந்தது.

பிப்ரவரி 15-ஆம் வின்சன்ட் சர்ச்சில் புத்தாண்டில் முதல் வானொலி உரையை நிகழ்த்தினார். அதில், "ருஷ்யாவை இட்லர் வென்றெடுக்க முடியவில்லை என்பது ஆறுதலைத் தருகிறது. மாரிக்காலத்தில் ருஷ்யா எதிரியை வென்றெடுக்க எதிர்த்துப் போராடி வருகிறது.

இட்லர் தோல்வி காண முடியாது என்பது பொய்யாக்கி விட்டது. அங்கு குளிரில் ஜெர்மன் படைகள் அழிவும், தோல்வியும், படுதோல்வியும் சந்தித்து வருகிறது.

அதேசமயம் நாம், நாஜிக்களின் நேச நாடுகள், பாசிச இத்தாலி இடையே நெரித்துக் கொண்டிருக்கிற நிலையில் ஜப்பானின் தாக்கு தலுக்கு உள்ளாகி வருவதையும் நாம் ஒப்புக் கொள்ளத்தான் வேண்டும்.

இதனை ஒன்றுபட்டு நின்றால் புதிய சோதனைகளை வெற்றி பெற முடியும்" என்று வெற்றிக்கான முகாந்திரத்தை அடையாளம் காட்டினார்.

ஆசியாவில் ஜப்பானின் முன்னேற்றம் இந்தியாவை பேராபத்தி லிருந்து இந்தியர்களின் ஒத்துழைப்பை நாடுகின்ற நிலையும் ஏற்பட்டது.

ஏனெனில், இந்தி சுதந்திரப் போராட்டக்களம் அப்போது சூடு பிடிக்கத் தொடங்கியது. காந்தி இந்த உலக யுத்தத்தில் அப்பாவிகளான இந்திய மக்கள் பலிகடாக்குவதை விரும்பவில்லை.

இதே காலகட்டத்தில் இந்தியச் சுதந்திரத்துக்காக போராடியக் காலத்தில் வங்காளத்தில் கொடும் பஞ்சம் நிலவியது. ஆயிரக்கணக்கில் பசியால் வாடி உயிரிழந்தனர். இது குறித்து பிரிட்டிஷ் அரசும் அதன் தலைவருமான சர்ச்சில் கண்டும் காணாமல் இருந்தார். ஏதொரு உதவியும் பிரிட்டிஷ் அரசு செய்யவில்லை.

இதனால் கடும்கோபத்துக்குள்ளான இந்தியத் தலைவர்கள் பிரிட்டிஷ் அரசு மீது கொந்தளிப்புடன் இருந்த பிரிட்டிஷ் படைகளில் இந்தியர்கள் இணைந்து போராடக் கூடாது என்றும் அவர்களுக்கு எந்த உதவியும் செய்யக் கூடாது என்று காங்கிரஸ் தீர்மானம் நிறைவேற்றியது.

அதே சமயம் போரின் இறுதிக் கட்டத்தை சந்தித்துக் கொண்டிருந்த சர்ச்சில், “தற்போதைய நிலையில் உலகையே விழுங்கக் காத்திருக்கும் இட்லரின் பேராண்மையை எதிர்கொள்வதே தமக்கு விடப்பட்டுள்ள சவால்” என்று இந்தியா மீது கவனம் கொள்ள தவறினார்.

1940 காலக்கட்டத்தில் ஜெர்மனி, இந்திய தேகத்தை ஆட்சி செய்து கொண்டிருந்த பிரிட்டன் தனிந்து நின்று போராடிக் கொண்டிருந்த போது, காந்தியும் காங்கிரஸ் தலைவர்களும் சுதந்திரம் பெறும் நோக்கத் துடன் ஒத்துழையாமை இயக்கம் வலுப்பெற்றுக் கொண்டிருந்தது.

போரை நிறுத்துமாறும், அதில் பங்கு கொள்ள வேண்டாமென்றும் குரல் ஓங்கி ஒலித்தது. இதனை நிறுத்துமாறு விடுக்கப்பட்ட வேண்டு கோள்களும் பலனற்றுப் போயின. எனவே, பிரிட்டிஷ் அதிகாரிகள் நாட்டைக் காப்பாற்றுகிறேன் என்ற பேரில் இந்தியத் தலைவர்கள் மீதும், மக்கள் மீதும் அடக்குமுறையை ஏவின.

1930-ல் நடைபெற்ற லண்டனில் நடைபெற்ற பிரிட்டிஷ் வட்ட மேசை மாநாடு முடிந்ததிலிருந்து இந்தியப் பேரரசில் டொமினியன் அரசில் பங்கேற்குமாறு அழைப்பு விடுத்தும் காங்கிரஸ் அதனை நிராகரித்தது. நிபந்தனைகளுக்குக் கட்டுப்படாமல் போராட்டக் களத்தை முன்னெடுத்ததும் பிரிட்டிஷ் அரசு சிக்கலில் மாட்டிக் கொண்டது.

“இந்தியாவில் மிகப்பெரிய அரசியல் கட்சியான காங்கிரஸ், சிறுபான்மையான முஸ்லீம்கள் இடையே ஒரு பக்கம் பேதத்தை வளர்த்து இவர்களிடையே ஒற்றுமை இல்லாமல் இருக்கும்பட்சத்தில் நாட்டை எப்படி இவர்களிடம் ஒப்படைப்பது?” என்று கொள்கையை எடுத்து சுதந்திரம் தருவதில் பின்னோக்கி நடைபோட்டது.

சர்ச்சிலும் இந்தியச் சுதந்திரம் பற்றி ஒரு பொருட்டாக மதிக்க வில்லை. ஆனால், அதனை நாட்டின் பொதுக் கொள்கை என ஒப்புக் கொண்டார்; வரவேற்றார். இதற்கு தீர்வு காண முற்பட்டார்.

1942 மார்ச் 11-ல் இந்திய பிரச்சினைக்குத் தீர்வு காண அரசின் திட்டங்களுடன் சர் ஸ்டிரா போர்டு கிரிப்ஸ் - உடன் போக இருப்பதாக அறிவித்தார்.

இத்திட்டங்களின்படி போர் நின்றதும் டொமினியன் அந்தஸ்தும், பொறுப்பாட்சி வழங்கப்படுமென்றும் அறிவித்தார்.

இத்திட்டத்தை கிரிப்ஸ்-ஐ தேர்ந்தெடுத்ததை காங்கிரஸ் வரவேற்றது. ஏனெனில் அவர் இடதுசாரி அரசியல்வாதி. சோசலிச சிந்தனை உடையவர். தமது சொந்த முடிவுகளைத் தவிர பிறரின் தலையீட்டுக்கு இடம் தராதவர். அவரது நேர்மையும், நல்ல நோக்கமும் ஐயத்திற்கு அப்பாற்பட்டவை.

காங்கிரஸ் கட்சி, முதலில் கிரிப்ஸ் திட்டங்களை ஏற்றுக்கொண்ட போதிலும், பின்னர் காந்திஜியின் ஆணைக்கிணங்க புறக்கணித்தது. காந்திஜி வைத்த கோரிக்கைகள் பிரிட்டன் ஏற்கவில்லை.

1942-ல் நேச நாடுகளுக்கு மிக சோதனையான காலக்கட்டமே. மே மாதம் இறுதியில் ஜெர்மனி மீண்டும் ருஷ்யாவுடன் மோதியது. இழந்த பகுதிகளில் மீண்டும் நுழைந்தது. மாஸ்கோவின் தென்கிழக்கு பகுதிவரை முன்னேறியது. சில பகுதிகளைப் பிடித்து விட்டதாகவும் தகவல் வந்தது.

ஆனால், ருஷ்யர்களின் வைராக்கியமும், விடாமுயற்சியும் ஜெர்மானியர்களை திகைக்க வைத்தது. அவர்கள் ஒவ்வொரு அங்குல நிலத்தையும் புனித பூமியாகக் கருதி அதனை மீட்டெடுக்க இறுதிவரைப் போராடி ஜெர்மானிய வீரர்களை விரட்டி அடித்தும் கைதும் செய்தனர். நகரம் வீழ்ந்ததென்று மீண்டும் இட்லர் விடுத்த அறிக்கை பொய்யாகி விட்டது.

உலக வரலாற்றில் இதுவரை நடந்திராத அற்புதக் காட்சியாக கண்டு மக்கள் வியந்தனர்.

இந்நிலையில் வடஆப்பிரிக்காவில் பிரிட்டிஷ் படை பின் வாங்கியது. அச்சு நாடுகள் இந்த வெற்றியை முசோலினி, வெற்றி விழாவாகவே கொண்டாட எண்ணினான். ஆனால், எல்ஆலெமன் பகுதி ஜெர்மன் படையைத் தடுத்து நிறுத்தியதால் வெற்றி விழா நடைபெறவில்லை.

பிரிட்டனின் விமானத் தாக்குதல்களும், கடற்படை தாக்குதல்களும் புதிய ஊக்கத்துடன் தொடர்ந்து நடைபெற்றது.

போரின் இறுதி வெற்றிக்கு சர்ச்சில் செய்த பணிகள் மகத்தானதாகும். இதற்காக அவர் கிழக்கு நாடுகளுக்கும், மேற்கு நாடுகளுக்கும் பல தூதுக் குழுக்களை அனுப்பியதோடு படைத்தலைவர், உணவு, போர்த் தளவாடங்களை வழங்குதல், பல கூட்டுக் குழுக்களையும் அமைத்தார்.

அத்துடன் நேச நாட்டு அரசுகளுடன் பேச்சுவார்த்தைகளின் ஈடுபட்டு அதில் வெற்றியும் கண்டார்.

1942-ஆம் ஆண்டு ஜூன் மாதம் அமெரிக்க ஜனாதிபதி ரூஸ்வெல்ட்டுடன் இரகசியத் திட்டங்களை கலந்தாலோசித்து எதிரி மீது நேசநாட்டுப் போர்ச் சக்தியை மிகப்பெரிய அளவில் குவிக்க திட்டம் தீட்டினர்.

மற்றொரு புறம் சர்ச்சில், ஸ்டாலினை சந்திக்க கிழக்கு முனைக்குச் சென்றார். ஸ்டாலினுடன் போர்த் திட்டங்களைப் பற்றி பேச்சுகள் தொடங்கின. அவ்வாண்டு கோடையில் ருஷ்ய படைகள்தாம் ஜெர்மானி யின் தாக்குதல்களை எதிர்த்துப் போராடிக் கொண்டிருந்தன.

மேற்கு ஐரோப்பாவில் இரண்டாவது முனையை தொடர முடியாததன் காரணத்தை சர்ச்சில் ஸ்டாலினிடம் விளக்கினார்.

பின்னர் பாரசீகம் சென்று ஷாவிடம் மனம் விட்டுப் பேசினார். அங்கிருந்து கெய்ரோ சென்று மத்திய கிழக்கு முனையில் முக்கியத் தலைவர்கள் அனைவரையும் சந்தித்து உரையாடினார்.

ஆகஸ்டு 17-ஆம் நாள் நாடு திரும்பிய சர்ச்சிலை மக்கள் மகிழ்ச்சி யுடன் வரவேற்று நன்றி பாராட்டினர்.

சர்ச்சலின் நேச நாடுகளின் ஒற்றுமைப் பயணம் மிகப் பயனுள்ளதாக இருந்தது. நேச நாடுகளின் போர் முயற்சிகள் முடுக்கப்பட்டது. அடுத்தக் கட்ட நடவடிக்கையின் உடன்பாடு கொண்டு இட்லருக்கு எதிராக ஒருமுகப்பட்டன.

செப்டம்பரில் பிரிட்டிஷ் படைகள் முன்னைவிட பன்மடங்கு வலிமை பெற்றது என காமன்ஸ் சபையில் தெரிவித்தார். ருஷ்யாவில் நாஜிக்கள் கையாண்ட கொடுமைகள் பற்றி எடுத்துரைத்து இவர்களை நீதிமன்றத்தில் நிறுத்த உறுதி பூண்டிருப்பதாகத் தெரிவித்தார்.

ஆப்பிரிக்காவில் நவம்பர் 8-ஆம் நாளில் ஆப்பிரிக்க முனையில் வரலாறு கண்டிராத பெரும் படையெடுப்பு மேற்கொள்ளப்பட்டன. அட்லாண்டிக் பெருங்கடலில் இரகசியமாகத் திரட்டப்பட்ட அமெரிக்க பிரிட்டிஷ் படைகள், திடீரென அல்ஜீரியாவையும் மொரக்கோவையும் தாக்கின.

இதன் மூலம் மாற்றத்தைக் கண்டன. நேச நாடுகளின் பலம் மேலோங்கி நின்றது. இதில் இட்லரும் அவர்களின் துணைவர்களும் படிப்படியாக பின்னோக்கிச் சென்றன.

நவம்பர் 10-ல் சர்ச்சில் மேன்சன் அவுஸில் உரையாற்றியபோது யுத்தத்தின் வெற்றியின் நம்பிக்கை வெளிப்பட்டது. 'இது முடிவு அன்று முடிவின் தொடக்கம்' என்று குறிப்பிட்டார்.

மேலும், "பிரிட்டனைப் பொறுத்தவரை அவர்கள் பிறிதொரு மண்ணுக்கு ஆசைப்பட்டதில்லை. நமது நாட்டைப் பாதுகாக்கவே போரிடுவதாகக்" குறிப்பிட்டார்.

நேசப்படைகள் எங்கும் முன்னேறிக் கொண்டிருக்க எதிரிகள் பின் வாங்கினர். ருஷ்யாவில் ஸ்டாலின் கிரான்ட் பெரும் வெற்றி வாகை சூடியது. ஸ்டாலின் கிராடை எப்படியும் கைப்பற்ற இட்லர் முயன்றும் இறுதியில் 1943-ஆம் ஆண்டு 31-ஆம் நாளில் ஜெர்மன் தளபதி பாலுஸ் பிற தளபதிகளுடன் எஞ்சியிருந்த வீரர்களுடன் சரணடைந்தனர்.

1943-ஆம் ஆண்டு அதேநாளில் பிரான்ஸ் மொராக்கோவிலுள்ள காஸ்பிளாங்காவில் நேச நாடுகள் முக்கியமான மாநாட்டைக் கூட்டின.

சர்ச்சில் அடிக்கடி அமெரிக்கா சென்று ரூஸ்வெல்ட்டுடன் போர்ச் செயல்பாடுகள் குறித்து விவாதித்தார். அமெரிக்கா வெற்றி பெற்ற இடங் களைப் பார்வையிட்டார். அதே நேரத்தில் நேசநாடுகளின் முக்கியத் தலைவர்கள் அச்சு நாடுகளைத் தோற்கடிக்கத் திட்டங்கள் தீட்டினர்.

மாநாட்டில் போர்ச் செயல்பாடுகள் விரிவாகவும், விளக்கமாகவும் ஆலோசிக்கப்பட்டன. இதன் விளைவாக ருஷ்யாவுக்கும் சீனாவுக்கும் இயன்ற அளவு போர்த் தளவாடங்களை, பொருட்களை அனுப்பத் தீர்மானிக்கப்பட்டன. போர் நிறுத்தம் செய்யப்பட வேண்டும் என்ற திட்டம்தான் காஸ்பிளாங்கா மாநாட்டின் குறிப்பிடத்தக்க சாதனை யாகும்.

மாநாடு முடிவுற்றதும் சர்ச்சில் துருக்கி சென்று அந்த நாட்டு அதிகாரி களுடனும் பேச்சு வார்த்தை நடத்தி நல்லதொரு முடிவும் எடுக்கப் பட்டன.

பிப்ரவரியில் நாடு திரும்பிய சர்ச்சில் தம் பயணங்கள் குறித்து பிரிட்டன் பாராளுமன்றத்தில், 'ருஷ்யாவில் நாஜிக் படைகள் எவ்வாறு தோற்கடிக்கப்பட்டனவோ அவ்வாறே நீரிலும், நிலத்திலும், வானிலும் தாக்கி தோற்கடிக்க மாநாடு தீர்மானித்தது' என்றும் விளக்கினார்.

மேலும், "நிபந்தனையற்ற சரணாகதி என்பதே நேச நாடுகளின் நோக்கம். அவர்கள் கொன்றொழிப்பது எங்கள் நோக்கம் அல்ல. அவர்கள் நிபந்தனையுடன் சரணடைய வேண்டும்" என்றும் குறிப்பிட்டார்.

ஆயினும், ஜெர்மானியும் இத்தாலியும் மக்களை அச்சுறுத்தியும், பலி கொலை செய்தும் வந்தன. அது ருஷ்ய, பிரிட்டன், அமெரிக்க வீரர்களை யும், யூத மக்களையும் திட்டமிட்டு அவர்களை அழித்தொழித்து தன் வெறிச் செயலை அரங்கேற்றின.

1942-ஆம் ஆண்டு இறுதிக்குள் இரண்டரை மில்லியன் போலந்து மக்களும், ஹாலந்து, பெல்ஜியம், பிரான்ஸ் ஆகிய நாடுகளிலிருந்து யூதர்களை அழைத்துச் சென்று போலந்து முகாம்களில் பலி ஆடுகள்போல் நாஜி வெறியர்கள் கொன்று குவித்தார்கள்.

பின்னர் ஜெர்மனிக்குள் நுழைந்த நேசப்படைகள் நாஜிக்களின் கோரத் தாண்டவம் நடைபெற்ற முகாம்களைக் கண்டனர். இவை பற்றி செய்திகளைக் கேட்டு உலகமே அதிர்ந்தது.

ஜெர்மனியில் இட்லரை எதிர்த்தவர்களும், யூதர்களும் முகாம்களில் அடைக்கப்பட்டு செய்த படுபாதக செயல்கள் உலகையே அதிரச் செய்தன. ஜெர்மானியர்களைப் போலவே ஜப்பானும் தன்னிடம் சிறைப் பட்டவர்களை மிருகத்தனமாக அழித்தனர்.

ஜப்பானியர்களின் இத்தகையச் செயல்கள் அர்த்தமற்ற கொடுமை கள் என்றதோடு இட்லர் அழித்தொழிக்கப்பட்ட பின் ஜப்பானியர் இதன் விளைவை அனுபவிப்பார்கள் என்று எச்சரித்தார்.

1943-ல் சர்ச்சில் ரூஸ்வெல்ட்டை மீண்டும் சந்தித்தார். ஜெர்மன் படைகள் டியூனிஸியாவில் சரணடைந்து விட்டதாகவும், அச்சு நாடு களிடமிருந்து அனைத்து வடஆப்பிரிக்காவும் மீட்கப்பட்டதாகவும் தெரிவித்தார்.

சர்ச்சில் வாஷிங்டனில் இருந்தபோது, வெர்ஜீனியாவில் உள்ள ஸ்பிங்ஸ் என்ற இடத்தில் முக்கியமானதொரு மாநாடு கூடியது. அங்கே நாற்பத்தொன்பது நாட்டுப் பிரதிநிதிகள் கூடி, போர் முடிவுற்றதும் உலகத்தின் உணவு வளங்களைப் பாதுகாப்பது, மனித குலத்தைப் பட்டினியிலிருந்து மீட்பது, போரினால் பாதிக்கப்பட்ட நாடுகளுக்கு புனர்வாழ்வு அளிப்பது என முடிவுகள் எடுக்கப்பட்டு, ஐக்கிய நாடுகளின் நிவாரண புதுவாழ்வு நிர்வாக உடன்பாடு அறிக்கை சமர்ப்பிக்கப்பட்டது.

ஆகஸ்டில் சர்ச்சிலும், ரூஸ்வெல்ட்டும் கனடாவில் சந்தித்தார்கள். இருவரும் ஸ்டாலினை சந்திக்க முடிவு செய்தனர். இரு நாடுகளின் பாதுகாப்புக்கு மட்டுமல்லாது உலகத்தின் அமைதிக்கே அமெரிக்க பிரிட்டிஷ் நீடித்த கூட்டுறவு அவசியமென்று அவர் வலியுறுத்தினார்.

செப்டம்பர் 3-ஆம் நாளில் இத்தாலி தாக்கப்பட்டது.

நவம்பரில் உக்ரைனின் முக்கிய நகரான கீவ் ஜெர்மானியரிடமிருந்து மீட்டெடுத்தது. இட்லர் இறுதித் தோல்விக்கு முடிவு காணப்பட்டது.

நேச நாடுகளை ஒன்று திரட்டி ஒன்றுபட்ட செயல்திட்டங்களை, உடன்பாடுகளை, தந்திரங்களை உருவாக்குவதில் சர்ச்சிலின் முயற்சி நல்ல பலனைத் தந்தன.

நவம்பர் 22-ஆம் நாள் கெய்ரோவில் சர்ச்சில், ரூஸ்வெல்ட் சந்திப்பு தொடர்ந்து. தூர கிழக்கு உள்பட எல்லா கேந்திரங்களிலும் ஒத்துழைப்புத் திட்டங்கள் தீட்டப்பட்டன. ஜப்பானின் ஆக்கிரமிப்புப் பகுதிகள் யாவும் மீட்டெடுக்க உறுதி கொண்டன.

ரூஸ்வெல்ட் - சர்ச்சில் டெகரான் சென்று ஸ்டாலினை சந்தித்தனர். கூட்டு அறிக்கை வெளியிட்டனர்.

மூன்று வல்லரசுகளும் வகுத்த கூட்டறிக்கையில், "நிலத்திலும் நீரிலும் வானிலும் நாம் ஜெர்மனியை அழிப்பதில் எந்த சக்தியாலும் நிறுத்த முடியாது" என்று அதில் இறுதியாக குறிப்பிடப்பட்டிருந்தது.

இடைவிடாத பயணத்தால், செயல்பாட்டால் சர்ச்சிலின் உடல்நலம் பாதித்தது. ஆயினும், நவீன மருத்துவத்தால் காப்பாற்றப்பட்டார். சில நாட்கள் ஓய்வுக்குப் பின் 1944-ஆம் ஆண்டு லண்டன் திரும்பி தமது பணி களைத் தொடர்ந்தார்.

1942-ஆம் ஆண்டு ஜூன் 5-ஆம் நாள் நள்ளிரவு நேச நாட்டுப் படைகள் நார்மாண்டின் கரையில் இரவோடு இரவாக விடுதலைப் படைகள் தாக்கத் தொடங்கியபோது எதிரி அடைந்த அதிர்ச்சிக்கு அளவேயில்லை.

சர்ச்சில் பிரான்சிலிருந்து படைகளின் முன்னேற்றத்தைக் கவனித்துக் கொண்டிருந்தார். ஜெனரல் ஐசனோவரும், ஜெனரல் மான்ட்கோமரியும் அவருடன் போர் முடிவுகளைச் சுற்றி பார்வையிட்டு வீரர்களுக்கு உற்சாகமும், தெம்பையும் ஊட்டி வந்தனர்.

இத்தாலியிலும் பிரிட்டிஷ் அமெரிக்கப் படைகள் துருப்புகள் விடாமல் முன்னேறின. ஜூன் 4-ஆம் நாள் நேசப்படைகள் ரோம் நகருக்குள் புகுந்தன. தொடர்ந்து ருஷ்ய எல்லையான உக்ரைனைப் பிடித்த ஜெர்மனியின் படைகளை எதிர்கொண்டு ருஷ்யப் படைகள் போராடி வென்றெடுத்தது.

1944-களில் பால்கன் நாடுகளின் ஜெர்மனியின் ஆதிக்கம் முடிவுற்றது. ருமேனியா ஜெர்மனி மீது போர் தொடங்கியது. ருஷ்யப் படைகள் புகரெஸ்ட் நகருக்குள் புகுந்தன.

பால்கன் நாடுகளில் எஞ்சியிருந்த ஜெர்மன் படைகள் வாபஸ் பெற்றன. பின்லாந்து ரஷ்யாவுடன் நேச உறவு கொண்டு சமசரம் செய்து கொண்டது. ருஷ்ய படைகள் நார்வேயின் எல்லையை அடைந்தன.

ஆயிரம் ஆண்டுகளுக்கு யாரும் அசைக்க முடியாதென்ற இட்லரின் கொக்கரிப்பு ஜெர்மன் பேரரசு சிதைக்கத் தொடங்கி மூச்சை நிறுத்திக் கொண்டது.

ஐந்து மாத காலத்துக்குள் அடுக்கடுக்காய் குவிக்கப்பட்ட இத்தனை வெற்றிகளுக்கு சர்ச்சில் தீட்டிய திட்டங்கள், செயல்பாடுகள் சரியென நிரூபிக்கப்பட்டது.

இத்தகைய வெற்றி பெருமிதத்தின் நடுவே சர்ச்சில் செப்டம்பர் மாதம் கனடாவுக்குச் சென்றார். போரை மேலும் தொடர்வதா? விடுவதா? என்பது பற்றி ரூஸ்வெல்ட்டுடன் ஆலோசனை நடத்தினார். போர் உச்ச நிலையில் இருந்ததால் ஸ்டாலின் இதில் கலந்து கொள்ள இயலவில்லை.

எனினும், குவிபெக் மாநாடு முடிவுற்றதும், சர்ச்சில் மாஸ்கோவில் ஸ்டாலினை சந்தித்து இட்லரின் வீழ்ச்சிக்குப் பின் உலகை எதிர் நோக்கியுள்ள பிரச்சினைகள் பற்றி பேச்சுவார்த்தை நடத்தினார். இதற்குள் ஜெர்மன் படைகள் பால்கன் நாடுகளிலிருந்து வெளியேறியதும் அவை ஒன்றோடு ஒன்று சச்சரவில் ஈடுபட்டன.

1944 கிறிஸ்துமஸ் தினத்தன்று ஏதேன்ஸ் நகரம் சென்று சர்ச்சில் இதற்கான தீர்வினைக் கண்டார்.

1945-ஆம் ஆண்டு பிப்ரவரி 4-ஆம் நாளன்று பெல்ஜியத்திலிருந்து ஜெர்மன் இறுதியாக வெளியேறியபோது யால்டாவில் மாநாடு கூடியது.

இதில் பெரும் தலைவர்களான ஸ்டாலின், சர்ச்சில், ரூஸ்வெல்ட் மூவரும் இட்லரை வீழ்த்தி வெற்றிவாகை சூடியது மட்டுமின்றி ஜெர்மனியின் சரணாகதியைத் தொடர்ந்து அந்நாட்டை புணருத்தாரணம் செய்வது, நாஜிக் கொள்கையின் அடிநாதம் அழித்தொழிப்பது குறித்தும் விவாதித்தனர்.

மேலும், ஐக்கிய நாட்டு ஸ்தாபனத்தின் அமைப்பு முறைகளையும் போருக்குப் பின் ஐரோப்பாவில் அமைதியை ஏற்படுத்துவது போன்றவைகளில் உடன்படிக்கை ஏற்பட்டது.

ஆயினும், சர்ச்சிலின் முன் முயற்சிக்கு எதிராக ரூஸ்வெல்ட் ஸ்டாலினுக்கு வழங்கிய சலுகையினால் சீனா, கொரியா, போலந்து, பால்கன், ஜெர்மனி, ஆஸ்திரியா ஆகிய நாடுகளில் குழப்பங்கள் மேலெடுத்து ஐரோப்பாவில் அமைதி ஏற்படுவதில் சிக்கல்கள் எழுந்தன.

மார்ச் திங்களில் ஜெர்மனியை வீழ்த்தி இறுதி யுத்தம் தாக்குதல் தொடங்கின. 8-ஆம் தேதி கொலோன் நகரம் வீழ்ந்தது. ஏப்ரல் இறுதிக்குள் எதிரிப்படையில் இருபத்தியொரு பிரிவுகள் சுற்றி வளைக்கப்பட்டன.

ஏப்ரல் 24-ஆம் தேதியன்று ஜெர்மன் தலைவர் இட்லர் பிரிட்டன், அமெரிக்க அரசாங்கத்தாரிடம் சரணடைய முன் வந்தார். ஆனால், ரஷ்யப் படைகள் பெர்லின் நகரினை முன்னோக்கியும் பிரிட்டிஷ் படைகள் ப்ரெமன் நகரையும், அமெரிக்கப் படைகள் டான்யூப்பையும் முற்றுகையிட்டு ஜெர்மனியின் யுத்தத்திற்கு முடிவு கட்டின.

மார்ச் இறுதியில் இட்லரின் தோல்விகள் அரங்கேறின. கிழக்கு முனையில் ஜெர்மன் படைகள் சின்னாபின்னமாகின.

இத்தாலியும், வெரோனாவும் மிலானும் விடுதலை பெற்றன. ஏப்ரல் 28-ஆம் தேதியன்று முசோலினி சிறை பிடிக்கப்பட்டு கொல்லப்பட்டார். அவரது உடல் மிலான் நகரில் தொங்கவிடப்பட்டன.

மே 2-ஆம் நாள் இத்தாலியில் ஜெர்மானியப் படைகள் நிபந்தனை யின்றி சரணடைந்தன. எதிர்நோக்கி வரும் ருஷ்யப் படைகளிலிருந்து தப்ப முடியாத இட்லர் தற்கொலை செய்து கொண்டார்.

மே முதல் நாளன்று மே தினத்தன்று பெர்லின் நகரம் சரணடைந்தது. நான்காம் நாள் வடமேற்கு ஐரோப்பாவில் அகில ஜெர்மன் படைகளின் ஜெனரல் மாண்ட் கோமரியிடம் சரணடைந்தன.

அகில உலகை அலைக்கழித்த போர் முடிவுக்கு வந்தது.

✲

16

வெற்றிக்குப் பின்னே...

> உலைஇடத்து ஊறுஅஞ்சா வன்கண்
> தொலைவிடத்துத்
> தொல்படைக்கு அல்லால் அரிது

என்ற குறளின் மொழிக்கேற்ப, போரில் வரும் எதிர்வினைகளுக்கு அஞ்சாமல் நெஞ்சுறுதியுடன் ஒரு நாட்டின் மூலப்படையாய் நின்று செயலாற்றியவர் சர்ச்சில்.

பொய்யாலும், பித்தாட்டத்தாலும், கொலையாலும், கொடுமையினாலும் மனித உயிர்ப்பலி கொண்டு நாடு பிடிக்கும் ஆசை கொண்டு இட்லரின் கொடுங்கோண்மை அழிந்தது.

போரினால் ஏற்பட்ட அழிவுகளின் மத்தியில் தலைநகரான இலண்டனில் வெற்றி விழா நடைபெற்றது.

ஒயிட் ஹால் மன்றத்தின் முன் மாடியில் பிரிட்டிஷ் மக்கள் வெற்றி தேடித் தந்த ஆரவாரத்தோடு "வாழ்க வின்செண்ட்" என்று வாழ்த்தொலி முழங்கினர்.

"மனஉறுதியை இழக்காதீர்! வன்முறைக்கும் கொடுங் கோண்மைக்கும் இடம் தராதீர்! முன்னேறிச் செல்வீர்!" என்று சர்ச்சில் கூறிய வீரமொழிகளை முழக்கமிட்டனர்.

வெற்றி விழா முடிந்தபின் பிரிட்டிஷ் அரசியல் வானில் பல மாற்றங்கள் நிகழ்ந்தன. போர் முற்றாக முடியவில்லை. ஆசிய முனையில் ஜப்பான் தோல்வி குறித்து எந்த ஐயப்பாடும் கொள்ளாமல் அமைதியும், போருக்குப் பின் அடங்கியும் இருந்தது மக்களில் மனதில் உற்சாகம் தந்தது.

1935-க்குப் பின் போர்ச்சூழலால் பிரிட்டனில் தேர்தல் நடைபெறவில்லை. போர் முடிந்ததும் தேர்தல் நடக்கும் என சர்ச்சில் அறிவித்திருந்தார்.

தொழிலாளர் கட்சியினர் போர் முடிந்து புதுவாழ்வு அமைக்கவும், நாட்டு மக்களுக்கான திட்டங்கள் வகுத்தும், உள்நாட்டு கொள்கை முடிவுகளையும் தயாரித்தனர்.

கன்சர்வேட்டிவ் கட்சித் தலைவர்களின் வெற்றி வாய்ப்புகள் அவ்வளவு சிறப்பாக இல்லை.

ஜப்பானுடன் போர் முடியும்வரை கூட்டமைச்சரவை நீடிக்க அட்லிக்கு சர்ச்சில் கடிதம் எழுதினார். ஆனால், அட்லியும் தொழிற்கட்சியினரும் கூட்டமைச்சரவை நீடிப்பதை விரும்பவில்லை.

அக்டோபரில் தேர்தலை நடத்த முடிவு செய்தனர். இதுகுறித்து பொது வாக்கெடுப்பு நடத்த சர்ச்சில் விரும்பினார். இதற்கு தொழிற் கட்சியும் லிபரல் கட்சியும் உடன்படவில்லை.

ஜூலையில் பொதுத்தேர்தல் நடைபெறுமென்று சர்ச்சில் அறிவித்து, மே திங்களன்று கூட்டமைச்சரவையைக் கலைத்தார். பாராளுமன்றம் கலைப்பதற்குள் பல மசோதாக்கள் நிறைவேற்றப்பட்டன.

குடும்பப்படி மசோதா, சமூக ஈட்டுறுதி மசோதா, தேசிய சுகாதாரப் பணி மசோதா ஆகியவை குறிப்பிடத்தக்கதாகும். ஆனால், இவை

தேர்தலுக்கு அமலுக்குக் கொண்டு வர முடியவில்லை. அரசியல் கட்சிகள் தேர்தல் பிரச்சாரத்தில் இறங்கின.

தொழிற்கட்சியினர், எதிர்காலத்தில் சுரங்கங்கள், போக்குவரத்து, மின்சாரம், உருக்குத் தொழில் ஆகிய நாட்டுடமை ஆக்கப்படும் என வாக்குறுதி தந்தனர்.

கன்சர்வேட்டிவ் கட்சியினர் தேசிய ஈட்டுறுதி, நகர அபிவிருத்தி, நீதித்துறை சீர்திருத்தங்கள் ஆகியவற்றை ஆதரித்து திட்டங்களை முன் வைத்தனர்.

யுத்த வெற்றி விழாவின்போது சர்ச்சிலை, உலகின் உரிமையைக் காத்த வீரர் என்றும் உலக நாடுகள் புகழ் மாலைகள் சூட்டினாலும் சர்ச்சிலைக் கவிழ்க்க கொல்லைப்புற வழியாக பல வேலைகள் செய்தனர் எதிர்க்கட்சிகள்.

ஜுலை 5 நாள் தேர்தல் அமைதியாகவே நடைபெற்றது. வெளிநாடுகளில் பிரிட்டிஷ் படைகள் தங்கியிருந்தாலும் நாடெங்கும் அமைதியாக தேர்தல் நடந்தது மகத்தான சாதனையாகப் பேசப்பட்டது.

மூன்று வாரங்களுக்குப் பின்னே தேர்தல் அறிவிக்கப்பட்டதால் சர்ச்சில் சிறு விடுமுறை எடுத்துக் கொண்டு ஓவியம் வரைவதில் ஈடுபட்டார்.

ஜுலை 17-ஆம் நாளன்று சர்ச்சில், அட்லி, ஈட்டன், ஜனாதிபதி ட்ரூமென், ஸ்டாலின் ஆகியோர் பாஸ்ட்டாம் மாநாட்டில் சந்தித்தனர்.

இதனிடையல் தேர்தல் முடிவுகள் வெளிவந்தன. தொழில்கட்சியினர் நாடெங்கும் மகத்தான வெற்றிகளைக் குவித்தனர். சர்ச்சில் ராஜினாமா செய்தார்.

அட்லி பிரதமராகப் பதவியேற்றார்.

இதுவரை எந்த சாதாரண மனிதனும் பெற்றிராத நாட்டின் உயர்ந்த கௌரவ விருது சர்ச்சிலுக்கு வழங்கப்பட்டது. ஆனால், அவர் அதனை ஏற்கவில்லை.

காமன்ஸ் அவையில் பொதுமக்களின் பிரதிநிதியாகவே இருந்து வந்த சர்ச்சில் தம்மை ‘சர்’ வின்ஸ்டன் என்ற கூறிக்கொள்ள விரும்பவில்லை.

கன்சர்வேட்டிவ்களின் தோல்வியால் சர்ச்சிலுக்கு நேச நாடுகளின் அவையில், குழுவில் இடம் அளிக்கப்படவில்லை. சர்ச்சிலுக்குப் பதிலாக அட்லி கலந்து கொண்டார்.

போர் முடிவுற்றதும் ஜெர்மனியைக் கட்டுப்படுத்துகின்ற அரசியல் பொருளாதார நிலைகளை மாநாடு விவாதித்தது. ஜெர்மனின் தரக்கூடிய இழப்பீடு தொகைகளும் வரையறுத்தன.

இவ்வாறு ஐரோப்பா அமைதியை நோக்கி நடை பயின்றபோது தூரக் கிழக்கில் போரின் முடிவு நெருங்கிக் கொண்டிருந்தது. ஜுலை முழுதும் ஜப்பானின் பெருநகரங்களில் நேசப்படைகள் குண்டு வீசித் தாக்கின.

சர்ச்சில், ட்ருமென், சியாங்காய்ஷேக் ஆகிய மூவரும் ஜப்பான் பணியாவிட்டால் அந்நாடு அழிக்கப்படுமென்று எச்சரித்தனர்.

அமெரிக்க, பிரிட்டிஷ் முயற்சிகளின் விளைவாக முதல் அணுகுண்டு நியூமெக்ஸிகோ பாலைவனங்களில் சோதிக்கப்பட்டது. இதன் வெற்றியை முன்னர் நடைபெற்ற பாஸ்ட்டாம் மாநாட்டில் கூடியிருந்த தலைவர்களுக்கு அறிவிக்கப்பட்டது.

சர்ச்சிலும் ட்ருமெனும் இதனை ஜப்பான் மீது வீச முடிவெடுத்து ஆகஸ்டு 6ஆம் நாளன்று ஹீரோஷிமா நகர் மீது வீசப்பட்டது. நான்கு சதுர மைல்கள் சின்னாபின்னமாயின. அணுகுண்டு வீச்சு உலக அறிய தலைப்பட்டது.

ஹீரோசிமாவிலும், நாகசாயிலும் அணுகுண்டுகள் வீசப்பட்ட பின் ஜப்பான் சரணடைந்தது.

அதற்கு முன் அணு ஆராய்ச்சிகள் ரகசியமாகவே காக்கப்பட்டன. இறுதியில் அறிவு வேட்கை தவறான வழியில் திரும்பி மனித இனத்தை கொத்துக் கொத்தாக வாழ்வின் ஓரத்தில் சாவின் வாயிலில் நிறுத்தியது.

போரின் வெற்றிக்குப் பின் பாராளுமன்றத்தில் சர்ச்சிலுக்கு ஆர்வம் ஏற்படவில்லை.

தொழிற்கட்சியினர் தொழில்களை அரசுடைமையாக்கும் திட்டத்தை தீவிரமாக்கினர். இதற்கு உடன்பாடில்லை. ஆயினும் எதிர்த்து தீவிரம் காட்டவில்லை.

போரினால் ஏற்பட்ட சோர்வு அரசியலில் ஈடுபாடு கொள்ளவில்லை.

எனினும், பாராளுமன்ற உரையில், “இங்கிலாந்தில் போரினால் ஏற்பட்ட மந்த நிலையில் பொருளாதார வரைவு ஏற்படாததற்கும் தொழிற்கட்சியினரின் திட்டங்களே காரணம்” என்று குற்றம் சாட்டினார்.

வெளிநாடுகளின் வாணிகத்தையே நம்பியிருந்த பிரிட்டன் மிகவும் பாதிக்கப்பட்டது. வேலைப்பளு குறையுமென்றும், செல்வம் செழிக்கும் என்றும் தொழிற்கட்சி கூறிய வாக்குறுதிகள் மக்களின் ஆவலைத் தூண்டியதுதான். ஆனால், நாடே நிலை குலையும்போது வேலைப்பளு எப்படி குறையும்?

போரின்போது அமெரிக்க செய்த உதவிகள் போருக்குப் பின் பிரிட்டனுக்கு அனுப்பி வந்த உணவுப் பொருள்கள், பிற தேவைகளை நிறுத்தி விட்டனர். இதனால் வளம் கொழிப்பதற்கு பதில் பொருளாதார நிலை குலையும் பட்டினியும் நாட்டை எதிர்நோக்கின.

இதனை எதிர்பார்த்திருந்த அமெரிக்கா 3750 கோடி டாலர் தர முன் வந்ததோடு சில நிபந்தனைகளையும் விதித்தது. இதற்கு சர்ச்சில் கடும் எதிர்வினை ஆற்றினார். இறுதியில் கடன் ஒப்பந்தம் உடன்படிக்கை கையெழுத்தானது.

இதற்கிடையில் இரண்டாம் உலக யுத்தத்தில் சர்ச்சிலின் பணியைப் பாராட்டி பிரெசல்ஸ், பாரீஸ், ஏதென்ஸ் முதலிய நகரங்களில் பாராட்டு விழாக்கள் நடந்தன.

1946-ல் பிரிட்டிஷ் மன்னர் ‘ஆர்டர் ஆஃப் மெரிட்’ (Order of Merit) என்ற உயர்ந்த விருதினை வழங்கினார்.

இதனைத் தொடர்ந்து விடுமுறைக்காக அமெரிக்கா சென்ற சர்ச்சிலை பல சிறப்புகள் வந்தடைந்தன. ஜனாதிபதி ட்ருமெனும் சர்ச்சிலும் உலக விவகாரங்கள் குறித்து அடிக்கடி சந்தித்துப் பேசினார்கள்.

பிரிட்டிஷ் அரசுக்கும், அமெரிக்காவுக்கும் இடையே சிறந்தொரு நட்புறவு பாலமாய் செயலாற்றினார். தொடர்ந்து உலக அரசியலில் அதிக ஆர்வம் காட்டினார்.

1946 மே திங்களில் ஐக்கிய நாடுகள் சபையை உருவாக்க முனைந்தார்.

போருக்குப் பின் ஸ்டாலின் தன் போக்கை மாற்றிக் கொண்டதாகவும் இனிமேல் கம்யூனிச நாடுகளுக்கும் ஜனநாயக நாடுகளுக்கும் ஒத்துழைப்பு சாத்தியமில்லை என்றும் கருத்து தெரிவித்ததோடு சோவியத் ரஷ்யாவை, சீனாவை 'இரும்புத்திரை' (Iron Curtain) நாடுகள் என்ற பொருளாளர்ந்த சொல்லை முன் வைத்தனர்.

பிரிட்டிஷார் உள்நாட்டு பிரச்சினைகளைத் தீர்ப்பதில் மும்முரமாக ஈடுபட்டிருக்கும்போது இந்தியாவில் சுதந்திரப் போராட்டம் உச்சக் கட்டத்தை எட்டியது. பர்மாவும் சுயாட்சி கோரியது, மலேயா நாட்டுக்கு அரசியல் சட்டம் வகுக்கப்பட்டது.

பாலஸ்தீனத்தில் அரேபியர், யூதர் தகராறு முற்றியது. ஜெர்மனியில் போரின் விளைவுகள் புதிய பிரச்சினைகளை உருவாக்கின. தூர கிழக்கில் ஏற்பட்ட உணவுப் பற்றாக்குறையால் பிரிட்டனின் உணவு பங்கீட்டு முறை கொண்டு வரப்பட்டது.

இவ்வாறு 1946-ஆம் ஆண்டு உள்நாட்டிலும் உலக அரங்கிலும் பல்வேறு பிரச்சினைகள் தொடர்ந்து அரங்கேறின. பட்ட காலிலே படும் என்பதுபோல் அதே ஆண்டில் கால நிலையும் மிகவும் கடுமையாக மக்களை பாதித்தது. எனினும், 1947-ல் பிரச்சினைகள் தீர்க்கப்படும் அமைதி நிலவும் என்று தோன்றியது.

1947-ஆம் ஆண்டின் தொடக்கத்தில் இந்திய வைஸ்ராயாக பதவி ஏற்ற மவுண்ட் பேட்டன் பிரபு பெரும் முயற்சியின் பேரில் இந்திய துணைக் கண்டத்தை இந்தியா - பாகிஸ்தான் என்ற இரு டொமினியன் நாடுகளாக பிரிவு ஏற்பட்டு ஆகஸ்டு 14-ஆம் தேதி பாகிஸ்தானும், 15-ஆம் தேதி இரு நாடுகளுக்கு சுதந்திரம் வழங்கியது.

தொடர்ந்து பர்மாவின் சுதந்திர மசோதா நிறைவேற்றப்பட்டது. இத்தகைய நிகழ்ச்சிகளில் சர்ச்சில் ஒரு பார்வையாளராக மட்டுமே பங்கு பெற்றார்.

பிரிட்டிஷ் அகண்ட பேரரசிலிருந்து அடிமைப்பட்டு நாடுகளின் பிரிவை விரும்பவில்லை. ஐரோப்பிய ஒற்றுமையைப் பாதுகாக்க ஓர் அமைப்பு வேண்டுமென்பதை விரும்பினார்.

தொடர்ந்து அவரது எண்ணம் ஈடேறவில்லை. அதன்பின் பிரிட்டிஷ் ஏகாதிபத்திய பிடியிலிருந்து 124 நாடுகள் சுதந்திரம் பெற்றன.

சூரியன் மறையாது நாடு என்ற பெயர் மறைந்தது. இதற்குக் காரணம் 1947-ல் இருந்து பிரிட்டனின் பொருளாதாரச் சிக்கல் வலுப்பெற்றது. 1951வரை நீடிக்க வேண்டிய அமெரிக்கக் கடன் ஒரே ஆண்டில் முடிவுற்றது.

அமெரிக்காவிலிருந்து இறக்குமதியினால் உணவுப் பொருட்கள் குறைந்தது. பிரான்ஸ், இத்தாலி நாடுகளின் நிலை இதைவிட மோசமானது.

1948-ல் ஐந்து நாடுகள் கூட்டாக பாதுகாப்பு உடன்படிக்கை செய்து கொள்ளப்பட்டன.

அமைச்சர் பதவியிலிருந்து ஓய்வு பெற்றிருந்த சர்ச்சில் இந்த ஐரோப்பிய கூட்டமைப்பு விவகாரத்தில் தலையிட வேண்டியிருந்தது.

மே திங்கள் 7-ஆம் நாள் சர்ச்சில் தலைமையில் மாநாடு தொடங்கிய போது அவரது உரை அரசியல் வாழ்க்கையில் முக்கியமானதாகக் கருதப்படுகிறது. அதில்,

“அகில ஐரோப்பிய ஒற்றுமையே நமது லட்சியம். மனித உரிமைகளுக்கும் ஜனநாயகத்துக்கும் ஒத்த இயைபுடைய வாழ்க்கை நெறியையும், சமுதாயத்தையும் கொண்டுள்ள ஐரோப்பிய மக்கள் அனைவரும் ஒன்றுபட்டு பொதுவான நோக்கில் ஈடுபட வேண்டும். மக்களின் அரசாங்கம் நிறுவப்பட்டுள்ள எந்த நாட்டையும் நாம் வரவேற்கின்றோம்” என்பதே இதன் சாரமாகும்.

மாநாடு அரசியல் பொருளாதார குழுக்களை அமைத்தன. அறிக்கைகள் ஏற்றுக் கொள்ளப்பட்டு மாநாடு நிறைவு பெற்றது.

பின்னர், சர்ச்சில் நார்வே மன்னரின் விருந்தினராக அழைக்கப்பட்டு ஆஸ்கோ பல்லைக்கழகம் அவரை கௌரவித்துப் பாராட்டியது.

சர்ச்சிலின் முயற்சியின் பிரிட்டிஷ் அரசினரின் எதிர்ப்புகளையும் மீறி சமாளித்து வெற்றி பெற்றன. அடுத்த ஆண்டு ஐரோப்பிய கவுன்சிலின் தொடக்கக் கூட்டம் பிரெல்ஸ் நகரில் கூடியது. அங்கு சர்ச்சிலின் அரசியல் சாதனையும் விவேகமும் வெகுவாகப் பாராட்டப் பெற்றது.

ஒருபுறம் ஐரோப்பிய ஒற்றுமையில் கருத்தாக இருந்தவர் மறுபுறம் அமெரிக்க ஐக்கிய நாடுகளுடன் உறவை வளர்த்துக் கொண்டார்.

49-களில் வட அட்லாண்டிக் ஒப்பந்தம் கையெழுத்தானது. இதன்படி பத்து ஆண்டுகள் இரு நாடுகளும் பாதுகாப்பு, ஆக்கிரமிப்பு தடுப்பு நடவடிக்கைகள் செய்து கொள்ள உடன்பாடு கண்டன.

நோட்டோ அமைப்பு

இந்த அமைப்புக்கு பெயர் நோட்டோ (Noto) எனப்படும் திட்டம் வெறும் எழுத்துப்பூர்வ திட்டமன்று.

துருக்கி முதல் அமெரிக்கா வரையிலும் மேற்கத்திய உலகில் அமைதியை நிலைநாட்டுவதற்காக வகுக்கப்பட்ட கூட்டு பாதுகாப்பு நடைமுறை திட்டமாகும்.

அகில உலக அரங்கில் இதுநாள்வரை பல நாடுகள் இதில் ஒன்றிணைய காரணமாய் இருந்தவர் சர்ச்சில். அதேசமயம் ஐரோப்பிய யூனியனில் உள்நாட்டு சிக்கல்களை சீர்திருத்த நடவடிக்கைகளிலும் ஈடுபட்டார்.

1945 முதல் 1950 வரை தொழிற்கட்சி அரசின் நாட்டுடைமை யாக்கும் முயற்சிக்கு எதிர்ப்பு தெரிவித்தார். ஆயினும், கன்சர்வேட்டிவ் அமைச்சரவையில் இருந்த ஆர்.ஏ.பட்லர் போன்ற பொருளாதார நிபுணர்கள் இதில் இணைந்தனர். இத்திட்டத்திற்கு சர்ச்சிலின் ஆசியும் கிடைத்தது.

பதவியில் இருந்த காலத்தில் தனது நேரத்தை இரண்டாம் உலகப் போரின் செயல் விளைவுகளை எழுதுகின்ற பணியில் ஈடுபட்டார். இந்த வரலாற்றுப் பின்னணி ஆறு பகுதிகளாக வெளியிடப்பட்டது.

இந்நூல் முதலாம், இரண்டாம் உலக யுத்தத்தின் ஆவணம் எனலாம். வருங்கால சமுதாயம் இந்த வரலாற்று நூலினைப் படிப்பது அவசியம்.

அதேநேரம் எண்ணற்றப் பணிகளுக்கிடையில் அவரது சொந்த விவசாய பண்ணையில் விவசாயியாகவும் மாறியும், குதிரையேற்றமும் கண்டு குதிரைப் பந்தயத்திலும் கலந்து கொண்டார். இது அவரது ‘குதிரை யின் காலனிஸ்ட்’ என்ற நூல் வடிவம் பெற்றது.

அதே காலத்தில் ஓவியராகவும் பயணித்து அவரது மூன்று ஓவியங்கள் ராயல் அகாடெமியில் வைக்கப்பட்டு அவருக்கு சிறப்பு சேர்த்தது.

1950களில் தொழிற்கட்சியின் பொதுத்தேர்தலை நடத்தத் திட்டமிட்டனர். இத்தேர்தலில் இவர்களின் பெரும்பான்மை குறைந்தது. அடுத்தத் தேர்தலில் சோசலிச கொள்கைகள் பிழைக்குமா என்ற சந்தேகம் எழுந்தது.

இதுதான் தக்க சமயம் என்று சர்ச்சில் தேர்தல் களத்தில் இறங்கத் தயாரானார். தொழிற்கட்சியின் அட்லியும் முழு மூச்சுடன் களத்தில் குதித்தார். தொழிற்கட்சியினரிடையே பிளவும் அதிகரித்தது. தேர்தல் நடத்த வேண்டிய சூழலுக்குத் தள்ளப்பட்டது.

சர்ச்சிலும் அவரது ஆதரவாளர்களும் பெரும் நம்பிக்கையுடன் களத்தில் இறங்கினர். எதிர்க்கட்சிகளின் பிளவால் கன்சர்வேடிவ் கட்சிக்கு ஆதரவு பெருகியது.

எதிர்பார்த்தவாறே டோரிகளுக்கு வெற்றி கிடைத்தது. அட்லி ராஜினாமா செய்தார். வின்சன்ட் சர்ச்சிலை அரசு அமைக்குமாறு அரசர் அழைப்பு விடுத்தார்.

இது நடக்கும்போது அவருக்கு வயது எழுபத்தேழு. இந்த முறை மக்களால் நன்கு அறியப்பட்ட பிரதமராக பதவியேற்றார். அப்போது பிரதமர் என்ற பதவி பஞ்சணையாக இல்லை.

அமெரிக்கா வழங்கிய உதவிக்காலம் முடிவுற்றது. அதனைத் திரும்பி செலுத்தும் தவணை நாள் நெருங்கியது. ஆண்டுக்கு 700 மில்லியன் பவுன் களாக வெளிநாட்டுக் கடன் அதிகரித்தது. அதே ஆண்டில் தங்கம், டாலர் இருப்புத் தொகை 600 மில்லியன் பவுனாகக் குறைந்தது.

நிலக்கரி கையிருப்பு குறைந்து தொழில்கள் நலிவுற்று நாடு திவாலாகும் நிலை.

கொரியாவில் போர், மலேசியாவில் உள்நாட்டுப் போர், பாரசீகத்தில் பிரிட்டிஷ் எதிர்ப்பு, எகிப்து, சூயஸ் கால்வாய் சிக்கல் என பல அரசியல் பொருளாதார சிக்கலில் சர்ச்சில் பதவியேற்றார்.

❋

தேசத்தைக் காத்தல் செய்

இரண்டாம் உலக யுத்தத்துக்குப் பின் பிரிட்டன் பல்வேறு சிக்கல்களுக் கிடையில் பதவி ஏற்று நாட்டை எதிர் நோக்கிய பிரச்சினைகள் ஏராளம். இது குறித்து ஏதும் கவலைப்படாமல் எதிர் நீச்சல் அடிக்கத் துணிந்தார் சர்ச்சில்.

அன்றைய சூழல் நாட்டின் பொரு ளாதாரத்தை மீட்க சிக்கன நடவடிக் கையை மேற்கொள்ள உருக்கமான வேண்டுகோளை மக்கள் முன்வைத்தார்.

தேர்தல் பிரச்சாரத்தின்போது அவர் மக்கள் முன் வைத்த நிதி நிலையில் முன்னேற்றம், தொழிற் வளர்ச்சியில் உள்ள கட்டுப்பாடுகளை நீக்குதல் என முன் வைத்தும் நாட்டின் பாதுகாப்பு, வீட்டு வசதி திட்டம் என செயற்கரிய

காரியங்களை செயலாக்க முனைந்தார். பொருளாதார முன்னேற்றம் படிப்படியாக முன்னேறி தொழில்கள் மீதிருந்த கட்டுப்பாடுகள் தளர்த்தப்பட்டன.

சர்ச்சிலை போர் வெறியர் என்று விமர்சித்த எதிர்க்கட்சிகள், பத்திரிகைகள் அவரது நடவடிக்கையில் கவனம் ஈர்த்து மன்னிப்புக் கோரி சமரசம் செய்து கொண்டன.

மேலும், அவர் எதிர்க்கட்சிகளிடம் பழி வாங்கும் அரசியலை மேற் கொள்ளாமல் அவர்களின் மிகச்சிறந்த ஒத்துழைப்பைப் பெற்றார்.

இதே காலத்தில் பிரிட்டனின் மன்னரான ஆறாவது ஜார்ஜ் கால மானார். அப்போது அவர் இளவரசியார் தம் கணவருடன் கென்யா நாட்டில் இருந்தார். செய்தி அறிந்ததும் தாய்நாட்டுக்குத் திரும்பினார்.

விமான நிலையத்தில் வந்திறங்கிய அவரைச் சந்தித்து ஆறுதல் கூறி அவர்கள் ஏற்க வேண்டிய பொறுப்புகளையும் ஆலோசனைகளையும் வழங்கினார். இரண்டாம் எலிசபெத் என்று முடிசூடி புதிய ஓர் யுகத்தை, வழிகாட்டி, முடிசூட்டுதலை தொடங்கி வைத்தார்.

1952-களில் சர்ச்சிலின் உள்நாட்டுக் கொள்கைகளில் பொருளாதார முன்னேற்றம் வளர்ச்சி கண்டது, இறக்குமதிகளின் கணிசமாகக் குறைக்கப்பட்டன. வங்கிகளில் வட்டி விகிதம் அதிகரிக்கப்பட்டது. அஞ்சல் வரி, பெட்ரோல் வரி, வாகன உற்பத்தி ஆகியவை உயர்ந்தன. குடும்பப் படிகளும், ஓய்வூதியமும் அதிகரிக்கப்பட்டன.

வெளிநாட்டுக் கொள்கையில் விவேகத்துடன், அறிவாற்றலுடன் செயல்பட்டார். பன்னாட்டுத் தலைவர்களை சந்தித்ததன் விளைவு மேற்கு ஐரோப்பாவின் கூட்டு பாதுகாப்புக்கு திட்டங்களை செயல் படுத்தினார்.

1952-ல் ஐரோப்பிய பாதுகாப்புத் திட்டத்தில் பிரான்ஸ், பெல்ஜியம், பெடரல் ஜெர்மனி, இத்தாலி, லக்ஸம்பர்க், நெதர்லாந்து நாடுகள் ஒப்பந்தத்தில் இணைந்து கையெழுத்திட்டன.

உள்நாட்டில் சர்ச்சிலின் சிக்கனத் திட்டங்களினால் பொருளாதார நிலை உயர்ந்தது. வெளிநாட்டுக் கடன்கள் பங்கிட்டுக் கூட்டுப் பங்காளித் திட்டங்களைக் கையாண்டார்.

இந்நிலையில் அமெரிக்காவில் நடைபெற்ற தேர்தலில் ட்ரூமன் தோல்வியைத் தழுவ குடியரசு கட்சி சார்பில் ஜெனரல் ஐசனோவர் வெற்றி பெற்றார்.

போர்க்காலத்தில் சர்ச்சிலுடன் இணைந்து போராடிய நண்பர் என்பதால் அவர்களின் - நாட்டின் நட்புறவு மேற்கு ஐரோப்பாவின் பாது காப்பு - அணுசக்தி ஆயுதங்கள் குறித்து பேச்சுவார்த்தைகள் நடத்தி நீடித்த நட்புறவுக்கு வித்திட்டன.

இக்காலக் கட்டத்திலேயே ருஷ்ய அதிபர் ஸ்டாலின் 1953-ஆம் ஆண்டு மார்ச்சில் காலமானார். ஸ்டாலின் வாரிசான மாலங்கோ தலைமையில் ருஷ்யா பயணித்தது.

இந்நிலையில் பிரிட்டனில் ஒரு மாநாட்டில் கலந்து கொள்ள அழைப்பு விடுத்தனர். அதில் ருஷ்யாவில் சிறைப்பட்டிருந்த கைதி களுக்குத் தண்டனை குறைக்கப்பட்டு விடுதலை வழங்க தீர்மானம் நிறை வேற்றப்பட்டது.

சர்ச்சிலின் அழைப்பின்பேரில் யூகோஸ்லோவியா தலைவரான மார்ஷல் டிட்டோ பிரிட்டன் வந்தார். இரு நாடுகளுக்கிடையே நட்புறவு வளர்ந்தது.

1953-ஆம் ஆண்டில் ஏப்ரல் 24-ஆம் நாள் நாட்டிலும், உலகத்திலும் பெரும் செல்வாக்கினைப் பெற்ற சர்ச்சிலுக்கு பிரிட்டிஷ் பேரரசியார் எலிசபெத் அவர்கள், நைட் ஹுட் ஆப் தி கார்டர் (Knighthood of the Garter) என்ற சிறப்பு விருதை வழங்கி கௌரவித்தார்.

முன்னொரு சமயம் இதனை ஏற்க மறுத்தார் என்பது குறிப்பிடத் தக்கது.

இத்தகைய சிறப்புப் பட்டங்கள் பிரபுகளுக்கு வழங்கப்பட்டதாகும் போர்த் திறமுடைய அரசியல் வல்லுநரான சர்ச்சில் உலக அமைதியின் வன்மையான சிற்பியாக மதிக்கப்பட்டார்.

அவரது படைப்பான 'ஐரோப்பிய கவுன்சில்' ஐரோப்பிய நாடுகளின் ஒத்துழைப்புக்காக பல அரிய திட்டங்கள் செயல்படுத்தப்பட்டன.

பன்னாடுகளின் உறவு குறித்து அவர் ஆற்றிய உரை சர்வ கட்சித் தலைவர்களாலும், உலகத் தலைவர்களாலும் பாராட்டைப் பெற்றன.

அதில், கிழக்கு நாடுகளுக்கும் மேற்கு நாடுகளுக்கும் இடையே உள்ள தடைகளை தகர்க்க, வல்லரசுகளான பிரிட்டன், அமெரிக்கா, ருஷ்யா, பிரான்ஸ் ஆகிய நாடுகள் கூடிப் பேசி வழிவகுத்து பெர்முடா மாநாடு கூடுவதற்கு வழிவகுத்தார்.

1953-ஆம் ஆண்டு ஜூன் மாதம் 2-ஆம் நாள் எலிசபெத் அரசியாரின் முடிசூட்டு விழா கோலாகலமாய் நடைபெற்றது. இலண்டன் நகரமே விழாக் கோலம் பூண்டது.

இந்த நாளில் சர்ச்சில் வானொலி உரையில், "இந்நாளினைக் கண்டதில் முதியோருக்குப் பெருமிதம் உண்டாயிருக்கும், இளைஞர்கள் தம் வாழ்வில் மறக்க முடியாத நாளாகும்" என்று குறிப்பிட்டார்.

விழா முடிந்த நாளில், நான்கு ஆண்டுகளால் நடைபெற்ற வந்த கொரியப் போரில் கம்யூனிஸ்டுகளுக்கும், ஐக்கிய நாட்டு சபைக்கும் இடையே கைதிகள் பரிவர்த்தனை குறித்து உடன்பாடு ஏற்பட்டது.

◆

மூப்பினுக்கு இடங்கொடேல்

ஜூனில் உடல்நலம் பாதிக்கப்பட்டார். பெர்முடா மாநாடு நின்று விடுமோ என்று உலக நாடுகள் வருத்தப்பட்டன. ஆயினும், உடல்நலம் பெற்று திரும்பிய சர்ச்சில்.

1954 டிசம்பரில் அம்மாநாடு நான்கு நாடுகளில் தலைவர்களுடன் கூடியது. ஆயினும் தோல்வியில் முடிந்தது.

இம்மாநாட்டில் ருஷ்யா உடன்பாட்டுக்கு மறுத்தது. ஆயினும், ருஷ்ய தலைவர்களுடன் இடையறாது ருஷ்யா நட்புற கொள்வதற்கு முயன்று வந்தார்.

இதுகுறித்து அவர், "அமெரிக்க ஹைட்ரஜன் குண்டுகளை வீசி சோதனை நடத்தியபோது வல்லரசுகள் ஆயுத பகிஷ்காரம் செய்வது, நாடு களுக்குள் நம்பிக்கை ஏற்படுத்தக்கூடிய சூழ்நிலை உருவாகிய பின்னர் தான் சாத்தியமாகும்" என்று என்று காமன்ஸ் சபையில் குறிப்பிட்டார்.

ஜூனில் சர்ச்சிலும் ஈட்டனும் அமெரிக்காவுக்குச் சென்ற ஐசனோவரையும் டல்லஸையும் சந்தித்துப் பேசினார்கள். பின்னர்

கனடாவுக்கும் சென்றார். அமைதியான முறையில் ரஷ்யாவுடன் சக வாழ்வினை மேற்கொள்வதே சர்ச்சிலின் திட்டம்.

சர்ச்சிலின் பிரிட்டிஷ் அரசியல் வாழ்வியலில் ஒரு வியக்கத்தக்க ஒன்று, பல்வேறு கட்சியைச் சேர்ந்த அரசியல் தலைவர்கள் காழ்ப் புணர்ச்சியின்றி பொதுவாழ்வில் ஒருங்கிணைந்து செயல்படுதே என்ற உறுதிப்பாட்டோடு செயல்பட்டதே.

மேலே கண்ட செயல்பாடுகள் அவரது எண்பதாவது பிறந்த நாளில் நன்கு வெளிப்பட்டது. 1954-ஆம் ஆண்டு நவம்பர் 30-ல் அனைத்துக் கட்சித் தலைவர்களும் வாழ்த்தியும், அவரை அக்காலத்திய சிறந்த பெருமகன் என்று ஒன்றுபட்டு பாராட்டவும் முடிவு செய்தனர்.

இந்த விழாவில் உலகத் தலைவர்கள் நன்கு வல்லரசு நாடுகளின் அமைச்சர்கள் அவருக்குப் பரிசுகளை வழங்கிச் சிறப்பித்தனர். அவர் பெற்ற பரிசுகளில் பாராளுமன்ற உறுப்பினர்கள் 'கிரஹாம் சாதர்லாண்ட்' என்று அனைவரும் கையெழுத்திட்ட ஒரு நினைவு மலரும் குறிப்பிடத் தக்கவை.

அவருக்கு பல்வேறு சிறப்புப் பரிசுகள் வழங்கப்பட்டன. சர்ச்சிலின் பிறந்த நாளினை சிறப்பு செய்யும் வகையில் நிதி திரட்டி நாட்டு மக்களும் நண்பர்களும் 150 ஆயிரம் பவுன் தொகை கொண்ட காசோலையை வழங்கினர்.

அந்தத் தொகையினை சால்ட்வெல் பண்ணையிலுள்ள தமது இல்லத்தின் அறக்கொடையாக வழங்கினார்.

உலகின் பல பகுதிகளிலிருந்தும் வாழ்த்துச் செய்திகளும் வந்து குவிந்தன. ஒரு பிரெஞ்ச் இடதுசாரி தலைவர் சர்ச்சிலை "துணிவு, பெரு மிதம், நாட்டுணர்ச்சி ஆகியவற்றின் வாழும் சின்னம்" என்று புகழ்ந்தார்.

"அழியாது புகழ் பெற்று, எண்பதாண்டாகியும் ஊக்கத்துடனும் உற்சாகத்துடனும் திகழ்ந்து, மக்களின் பாராட்டைப் பெறுவது மகத்தான சாதனை" என்று நியூயார்க் டைம்ஸ் எழுதியது.

இவ்விழாவில் சர்ச்சில் பெற்ற கடிதங்கள், வாழ்த்துச் செய்திகள் மட்டும் இருபத்து மூவாயிரத்துக்கும் அதிகமாகும்.

பிரதமர் சர்ச்சில் பதவிக் காலத்தில் உலக நாடுகளில் பல மாற்றங்கள் நிகழ்ந்தன. ஆங்காங்கே போர் மேகங்கள் சூழ்ந்தன.

எண்பதாண்டுகளைக் கடந்துவிட்ட சர்ச்சிலின் உடல் மேலும் தொடர்ந்து பணியாற்ற மறுத்தன.

1955-ல் சர்ச்சில் தம் பொறுப்புகளை அன்டனி ஈட்டனுக்கு மாற்றினார். எனினும், வெளிநாட்டுக் கொள்கை, ஆயுதக் குறைப்பு, பாதுகாப்பு ஆகிய பிரச்சினைகளில் விவாதங்களில் பங்கேற்றார்.

ஆயுதத் தடுப்பு குறித்து தீவிரக் கருத்துக் கொண்டிருந்தும், சம்பிரதாய ஆயுதங்களைக் கொண்டு கம்யூனிஸ்டுகளை எதிர்த்துப் போராடுவதை அவர் ஆதரித்தார்.

அதே ஆண்டில் ஏப்ரலில் பிரதமர் பதவியைத் துறந்தார். அவர் பதவி துறந்தபோது பாராளுமன்றத்தில் உள்ள அனைவரும் அவருக்குப் புகழ் மாலை சூட்டுவதில் போட்டி போட்டனர். அவரது யுகம் நிறைவுக்கு வந்தது.

✺

ஒரு சகாப்தம் முடிவுற்றது

அரசியல் உலகில் முரண்பாடுகளின் மொத்தத் தொகுப்பாக இருந்தாலும், கம்யூனிச சித்தாந்தத்தின் மூல சித்தாந்தமான 'மாற்றம் என்பதே மாறாத தத்துவம்' என்ற சித்தாந்தத்தின் அடிப்படையில் மாற்றங்களோடு முரண்பட்டும் அதில் ஒற்றுமை கண்டும் பயணித்தவர் வின்சன்ட் சர்ச்சில்.

80 வயதில் இனிமேல் உடல் ஒத்துழைக்காது என்ற நிலையிலும் தொடர்ந்து அவருக்குப் பின் பொறுப்பினைத் தந்தவருடன் அவரின் செயலாற்றலுக்கும், உலகின் அரசியல் போக்கின் வழிகாட்டியாய் பயணித்தார்.

1955-ஆம் ஆண்டு நியூயார்க் நகரில் அவருக்கு 'சுதந்திர விருது' (Freedom Award)

என்ற மிக உயரிய விருதை தந்து அமெரிக்கா கௌரவித்தது. இவ்விருது அமெரிக்கர் அல்லாதாருக்கு வழங்கியது பெரும் சிறப்பு பெற்ற இவர் ஒருவரே எனலாம்.

சர்ச்சிலின், உரிமை வேட்கை, இன்னலிலும் இணையற்ற உறுதி, வெற்றியின் தலைமை என்ற உயரிய ஆற்றல்களை மதித்து வழங்கியதாக அந்தப் பட்டயம் கூறுகிறது.

சர்ச்சில் இந்த விருதினை நேரில் பெற்றுக் கொள்ளவில்லை. ஆயினும், ஆங்கிலேய - அமெரிக்க ஒற்றுமையின் விருது இது என வலியுறுத்தினார்.

மேலும், அமெரிக்காவின் மற்றொரு விருதான 'வில்லியம்பர்க் விருது' (William Burg Award) வழங்கப்பட்டது.

நீதிக்காகவும், விடுதலைக்காகவும் ஆற்றியுள்ள பணிகளைப் பாராட்டி வழங்கப்படும் இதனைப் பெற்ற முதலாமவர் சர்ச்சில்தான்.

தொடர்ந்து ஐரோப்பிய ஒற்றுமைக்காக சார்லமேன் விருது மட்டு மல்லாது, பல நாடுகளின் ஆன்றோர் மன்றங்களும், அறிவாலயங்களும், அவருக்குப் பல டாக்டர் பட்டங்களை, பட்டயங்களையும் வழங்கினர். மேலும், அவர் பெற்ற போர்ப் பதக்கங்களும், விருதுகளும் எண்றந்தவை என்பது குறிப்பிடத்தக்கவை.

தலைக்குமேல் வேலை குவிந்து கிடந்தாலும், சர்ச்சலின் பேனா ஓய்ந்ததே இல்லை. இரண்டாம் உலகப் போரின் வரலாற்றுடன், ஆங்கிலம் கூறும் நல்லுலக மக்களின் வரலாற்றையும் படைத்த பெருமை அவரையே சாரும்.

- ❖ இவ்வாறு சூழலில் 1955-களில் உலக அரசியலில் பல மாற்றங்கள் நிகழ்ந்தன.
- ❖ புதிய ருஷ்ய தலைவரான மார்ஷல் புல்கானும், குருஷேவும் பிரிட்டிஷ் மக்களின் நல்மதிப்பைப் பெற்றனர்.
- ❖ எகிப்து அரபு நாடுகளை அரபு லீக் என்ற அமைப்பில் இணைந்தது.
- ❖ துருக்கி, ஈராக், பாரசீகம், பாகிஸ்தான், பிரிட்டன் ஆகியவை தமக்குள் கூட்டுப் பாதுகாப்புக்காக பாக்தாது ஒப்பந்தத்தை செய்து கொண்டன.

❖ 1956-ல் எகிப்து அதிபரான நாசர் சூயஸ் கால்வாயை நாட்டுடமை ஆக்கி விட்டதாக அறிவித்தார்.

இதற்கான எதிர்வினைகள், போர்கள், உடன்படிக்கைகள் - என பிரிட்டனின் அரசியலில் ஒரு கொதி நிலையும் ஏற்பட்டது.

இத்தகையச் சூழலில், நெருக்கடியான நிலையில் பிரதமர் ஈட்டனில் உடல்நிலை பாதிக்கப்பட்டு ராஜினாமா செய்ய வேண்டிதாயிற்று.

அவருக்கு அடுத்தவராக ஹெரால்டு மாக்மில்லன் புதிய பிரதமராக பதவியேற்றார். அவருக்கு ஆதரவாக சர்ச்சில் அரசியலில் ஈடுபட்ட கடைசி நிகழ்வாகும்.

பின்னர், எண்பத்திரண்டு வயதில் அமைதியாக, இளவேனிற் பருவத்தில், சூரிய ஒளியுடன் கலந்துறவாடி பொழுதினை அழித்தனர்.

1959-ஆம் ஆண்டு நடந்த பொதுத்தேர்தலில் மாக்ஸ் மில்லன் மீண்டும் வெற்றி பெற்றார்.

நான்காண்டுகளுக்குப் பின் காமன்ஸ் அவையில் அவரைப் பேச அழைத்தனர்; உரையாற்றினார்.

எண்பத்தி ஏழாவது பிறந்த நாளில் எதிர்க்கட்சித் தலைவர் சூட்டிய புகழ் மாலை மறக்க முடியாதென்று.

மூன்றரை மில்லியன் பொருட்செலவில், கேம்ப்ரிட்ஜில் சர்ச்சில் கல்லூரியை நிறுவ பொது மக்களுக்கான ஒரு அறக்கட்டளை நிறுவினார். அவரது அருந்தொண்டுகளின் நிலையான நினைவுச் சின்னம் இக்கல்லூரி யாகும்.

1958-ஆம் ஆண்டு செப்டம்பரில் சர்ச்சில் தம்பதிகள் தமது திருமணத்தின் பொன் விழாவைக் கொண்டாடியபோது உலகம் எங்கிருந்தும் பாராட்டுகள் வந்து குவிந்தன.

பிரான்ஸ் நாடு அவருக்கு விடுதலை வீரர் விருதைத் தந்து கௌரவித்தது.

சர்ச்சில் தம் ஓய்வு நாட்களை கார்ட்வெல் பண்ணையில் அமைதி யாகக் கழித்தார். அப்போது ஒருமுறை நிமோனியா குளிர் காய்ச்சல் தாக்கியதுவரை அவரது உடல்நிலை நன்றாகவே இருந்தது.

உலக அரசியலில் மூன்று தலைமுறை கண்ட முதுபெரும் தலைவரை உலகமே கொண்டாடியது. உலகத்தின் உரிமை பெற்ற நாடுகள் எல்லாம் உலகின் மகத்தான குடிமகன் என்றே போற்றியது.

1963-ல் அமெரிக்க ஜனாதிபதி கென்னடியின் முயற்சியில் 'அமெரிக்க ஐக்கிய நாடுகளின் குடிமகன்' என்ற சிறப்புத் தகுதி வழங்கப்பட்டது.

1964-ல் நவம்பர் 30-ல் தனது தொன்னூறாவது வயதில் பிரிட்டன் பாராளுமன்றத்திலிருந்து ஓய்வு பெற்றார். அப்போது அவருக்கு அளிக்கப்பட்ட பிரிவு உபசாரத்தைப் போன்றதொரு உருக்கமான நிகழ்ச்சி உலக பாராளுமன்ற வரலாற்றில் இதுவரை நடைபெறவில்லை.

1965-ஆம் ஜனவரி 15-ஆம் நாளன்று பிரிட்டனும் உலகமும் துக்கத்தில் மூழ்கக் கூடியச் செய்தி, உடல்நிலை சீர்கெட்டிலிருக்கிறார் என்பதே.

மக்கள் வெள்ளம் திரண்டது. ஜனவரி 24-ஆம் நாள் அன்று காலை எட்டு மணியளவில் சர்ச்சில் தன் மூச்சை நிறுத்திக் கொண்டார்.

உலக மக்கள் தாங்கொண்ணாத் துயரத்தில் ஆழ்ந்தனர். உலகத் தலைவர் பிரிட்டனில் குவிந்தனர். இருள் சூழ்ந்த காலத்தில் அவரது விடுதலைக்கான ஒளிவிளக்கான சாதனைகளைப் பாராட்டினார்.

இதில் குறிப்பாக அமெரிக்க அதிபர் ஐசனோவரின் நீண்ட இரங்கல் செய்தி உலக வரலாற்றில் சர்ச்சிலைக் குறித்து பொன்னெழுத்துக்களால் பதிக்கத் தகும்.

"எனக்கும் இரண்டாம் உலகப் போரின் பிரம்மாண்டமான காலங்களில் என்னோடு தோள் கொடுத்து நின்ற பல்லாயிரக்கணக்கான அமெரிக்கர்களுக்கும், பிரிட்டிஷ் தோழர்களுக்கும் வின்சென்ட் சர்ச்சில் ஆங்கில நாட்டின் அரிய வீரத்தின் முழு வீரராக காட்சி அளித்தார்.

அவர் 1940-ல் பிரதமராக ஆனபோது பிரிட்டன் தோல்வியின் விளிம்பில் இருந்தது. அதைக் கண்டு அவர் பின்வாங்கவில்லை.

நேசப் படைகளின் குறிக்கோள் என்னவென்று சர்ச்சிலிடம் கேட்டால் வெற்றி, முழு வெற்றி என்று ஒரே சொல்லில் விடை தருவார். ஈடற்ற பேச்சாற்றலும், அசையாத உறுதியுடன் பிரிட்டிஷ் மக்களை ஒன்று திரட்டினார். இக்கட்டான நிலையில் மக்களுக்கு மன உறுதியளித்தார்.

இரண்டாம் உலகப் போர் உச்சக்கட்டத்தில் இருந்தபோது, ஆப்பிரிக்காவில் நேச நாடுகளின் கேந்திரங்கள் வீழ்ந்தபோது, சர்ச்சில் மட்டுமே இறுதி வெற்றியைப் பற்றி இடைவிடாமல் பேசிக் கொண்டிருந்தார்.

விக்டோரியா யுகப் பண்புகளைப் பெற்ற அவருக்கு பிரிட்டிஷ் பேரரசு காமன்வெல்த் பொது நல அரசு என்றால் உயிர். பிரிட்டனின் குடையின்கீழ் உள்ள மக்கள் எல்லாரையும் காப்பது அரசாங்கத்தின் பொறுப்பு என்பது அவரது நம்பிக்கை.

காமன்வெல்த் நாடுகளிலெல்லாம் விக்டோரியா காலத்துக் கொடையான திறமையான ஆட்சியும், பொதுப்பணித் துறையும் இருக்கிற தென்றால் அதன் சிற்பி சர்ச்சில் என்பது மிகையன்று.

சர்ச்சில் தமது அமெரிக்க வழி மரபு பற்றிப் பெருமை கொள்வார். ஆங்கிலம் கூறும் நல்லுலக மக்கள் யாவரினுடைய இறுதிக் குறிக்கோள் ஒன்றே ஒன்று என்று நம்பினார். அமெரிக்க இலக்கியங்களிலிருந்து சரளமாக மேற்கோள் எடுத்துக் காட்டுவார்.

போர்க்காலம் முழுதும் ஆங்கில - அமெரிக்க நல்லுறவுக்காகச் சர்ச்சில் அயராது உழைத்தார். எத்தனையோ ஆற்றல்களைப் பெற்று எத்தனையோ பணிகளை மேற்கொண்ட சர்ச்சிலின் சிறந்த பணி அவர் நீதியை விரும்பி அதற்காகப் போராடியதே ஆகும்.

போரில் உறுதி, தோல்வியில் எதிர்ப்பு, வெற்றியில் கண்ணியம், அமைதியில் நல்லெண்ணம் - இவ்வாறு சர்ச்சில் தமது புகழ் பெற்ற இரண்டாம் உலகப்போரின் வரலாற்றில் எழுதியுள்ளார்.

இதுவே அவரது மறைவுக்குப் பின் அவருக்குச் சூட்டக்கூடிய புகழ் மாலையாகும்" என பெரும் புகழ் மாலையைச் சூட்டினார்.

வின்சன்ட் சர்ச்சிலின் உடல் வெல்டன்ஸ்டர் ஆலயத்தில் ஆலிவர் கிராம்வெல், அரிமா நெஞ்சன் ரிச்சர்டு ஆகியோரின் சிலைகளுக்குடையே மக்களின் இறுதி அஞ்சலிக்கு வைக்கப்பட்டது.

அதனருகே அவருக்கு மிகப் பழக்கமான காமன்ஸ் அவை பெரு மண்டபம் அமைதியில் ஆழ்ந்து கிடந்தது.

மேகம் சூழ்ந்து, குளிர் வாட்டிய அத்தினத்தில், அவரது சவப்பெட்டியின் மேல் சுற்றப்பட்டிருந்த நாட்டுக் கொடியின் வண்ணங்கள் கண்ணைப் பறித்தன. தேசிய கடற்படை வீரர்கள் அவரது உடலைச் சுமந்து சென்றார்கள்.

சர்ச்சிலின் பொது வாழ்வில் அவருடன் சம்பந்தப்பட்டிருந்த வீடுகளின் இரு மருங்கிலும் மக்கள் தலை கவிழ்ந்த வண்ணம் தம் தலைவருக்கு அஞ்சலி செலுத்தினார்.

இந்நிகழ்ச்சியின் பின்னர் அரை நூற்றாண்டு காலத்தில் சர்ச்சில் வரலாற்று ஆசிரியராகவும், வீரராகவும், பத்திரிகையாளராகவும், அரசியல்வாதியாகவும், பொதுத் தொண்டராகவும், ஓவியராகவும், வரலாற்று ஆசிரியராகவும் பன்முகம் கொண்டவராக உலகில் வலம் வந்தவர் என்பதில் எவ்வித சந்தேகமும் இல்லை.

"சர்ச்சில் வரலாற்றின் மகன். அவர் சொன்னவையும், சாதித்தவையும் என்றும் சாகாமல் வாழக்கூடியவை. சர்ச்சிலின் மறக்க முடியாத சாதனைகளும், பணிகளும் பல நூற்றாண்டுகளுக்கு மக்களின் உள்ளங்களின் போற்றிப் பாதுகாக்கப்படும்" என்ற முன்னாள் மறைந்த இந்தியக் குடியரசுத் தலைவர் இராதாகிருஷ்ணரின் போற்றுரை கவனிக்கத் தக்கதாகும்.

மொத்தத்தில் எந்த மக்களுக்காக சர்ச்சில் தம் வாழ்நாளெல்லாம் பணியாற்றினாரோ, அவர்களின் இதயங்களில் வாழ்கிறார்; என்றும் வாழ்வார்.

✹

19

அரசியல் வரலாற்றாசிரியன்

உலக அரசியல் தலைவர்களில் பொது வாழ்வில் சர்ச்சிலைக் குறித்த சர்ச்சைகளும் விமர்சனங்களும் ஏராளம்.

குறிக்கோள் அற்றவர்; சந்தர்ப்ப வாதி; வாய்ச்சொல் வீரர்; போர் வெறியர் என பட்டங்களுடனேயே அரசியல் உலகில் பயணித்தவர்.

ஆயினும், இவைகள் அவரது தன்னலம் சார்ந்தது அல்ல. பொதுநலம் என்ற நோக்குடனே தனிப்பட்ட முறையில் ஒவ்வொரு பிரச்சனையையும் அணுகும் திறன் படைத்து, பின்வரும் காலத்தில் ஒவ்வொன்றையும் செயல் படுத்தக் கூடிய 'அரசியல் வல்லுநர்' என்றே சொல்லத்தகும்.

அவரது அரசியல் பொது வாழ்வில்

தொடக்கக் காலம் தொட்டே அரசியல் வல்லுநராகவே தொடங்கி வளர்ச்சி அடைந்து வெற்றி கண்டவர்.

அவரது முன்னோர்களே அரசியலில் முகிழ்ந்தவர்கள். அவர்களது பலம், பலகீனம் அறிந்து அரசியல் உலகில் கால் பதித்தவர்.

அவரது தந்தையார் பிரிட்டிஷ் அரசியலில் கன்சர்வேட்டிவ் கட்சியில், அரசியலில் நிதி அமைச்சராக இருந்து ஜனநாயகப் பண்புகளை அவரிடமிருந்து பயின்றார்.

எனவே, ஆரம்பக் காலம் தொட்டே பல அமைச்சர்கள், அரசியல் நண்பர்கள் ஆகியோரின் நட்புறவு கிடைத்தது.

அதன் வழியே இளம் பருவமான முப்பத்து மூன்றாம் வயதில் அமைச்சராக பிரிட்டிஷ் அரசில் அமரும் வாய்ப்பு கிடைத்தது. அதுவும் பாராளுமன்றத்தில் முன் வரிசையில் அமரும் அரசியல்வாதியாக அமர்ந்தார்.

எதிலும் தனது சிந்தனைக்கு ஏற்றவாறு தனித்து நிற்பது அவரது இயல்பாக இருந்தது.

டோரி கட்சியினராகவோ, லிப்ரல் கட்சியினராகவோ உயர் குடியானவராகவோ, ஜனநாயக வாதியாகவோ எந்த நிலையில் இருந்தாலும் அதில் தனது தனித்துவத்தை அடையாளப்படுத்தியவர்.

அவர் தனது அரசியல் உலகில் சுயம்புவாக தன்னை தகவமைத்துக் கெண்டவர்.

அவர் தேர்ந்த படிப்பாளி, அவர் கற்ற கல்வியின் கருத்துகளின் கருப்பொருள் கிப்பார், மெக்கலே போன்ற வரலாற்றாய்வாளர்களின் கருத்துகள், வழிமுறைகளின் வழியே அவர்களுக்கும், முன்னோர்களின் ஆன்றோர்களின் எண்ணங்களை நிகழ்காலத்துக்கு ஏற்றவாறு நுண்மான் நுழைபுலத்தோடு கற்றார்.

சர்ச்சில் ஒவ்வொரு பிரச்சனைகளின் செயலாக்கங்களை ஆய்ந்து நோக்குவார். அவருக்கு ‘பழமை விரும்பி’ என்ற பெயரும் உண்டு. அவர் பழம் ஆங்கில இலக்கியங்களையும், தத்துவங்களையும் சிந்தனையும் தற்காலப் போக்கில் எப்படி கையாள்வது என்ற அறியும் நோக்குடன் கற்றார்.

இத்தகைய போக்கால் பிறருடன் இணைந்து பணியாற்றுவதில் சிக்கல் ஏற்பட்டது. ஆயினும் அவர்களுடன் விவாதித்து, விவாதித்து அவர்களை தம் வசம் ஈர்ப்பதில் வெற்றி கண்டார்.

அவர் கடற்படையில் பணியாற்றியபோது, இரண்டாம் யுத்த தொடக்கக் காலத்தில் சேம்பர்லேன், 'இவர் தம்மை பிரிட்டிஷ் பிரதம ராகவே எண்ணி நடக்கிறார்' என்று குறை கூறினார்.

ஆயினும் அவர் சேம்பர்லேனை போல் அல்லாமல், ருஷ்யா - அமெரிக்க நட்புறவை விரும்பினார். பன்னாட்டு உறவுகளில் பல ஆங்கிலேயர்களைப் போல நட்புறவு சகல வடிவிலும் நிகழும் என்று நம்பினார்.

ருஷ்யாவும் - ஜெர்மனியும் - அமெரிக்காவும் எதிரிகளாக இருக்க லாம். ஆனால் இவைகள் ஒன்றிணையும் என்று நம்பினார்.

வெளிநாட்டு விவகாரங்கள் சர்ச்சில் அவரவர்க்குரிய முழு அதிகாரத்தை வரவேற்றார். அதனால் அவர்களிடையே முரண்கள் இருந்தாலும் காலத்துக்கேற்ற, சூழலுக்கேற்ற உறவை மேற்கொள்வதில் தனி கவனம் செலுத்தி, அதனை வென்றெடுத்தார்.

அவருடைய ஆயுதமே அக்காலத்தில் உருவான வானொலி, செய்தித்தாள்கள் போன்றவையே. அதன் மூலம் மக்களிடம் சென்று தன்னை அடையாளம் காட்டிக் கொண்டார்.

1940-ல் இரண்டாம் உலக யுத்த காலத்தில், அரசியல் செயல்திறன் தீர்க்கமானது. ஆபத்தின் உச்ச கட்டத்தில் பிரிட்டன் இருந்தபோது வெற்றியை நோக்கிப் பயணித்தார்.

அவரது முயற்சிகள் தற்காப்போடு நின்று விடவில்லை. இட்லருடன் சமரசம் செய்து கொள்ளப் போவதில்லை என்பதில் இரு வேறு கருத்துக்கு இடமில்லாமல் நின்று வெற்றியை அடைந்தே தீருவதில் திடங் கொண்டார்.

கம்யூனிஸ கருத்துகளை முற்றாக ஒதுக்கினாலும், ருஷ்யாவின், போல்ஸ்வீக் பொதுவுடைமை சித்தாந்தத்தில் முரண் கொண்டாலும் ஒரு பொது எதிரியை வீழ்த்த 'வேற்றுமையில் ஒற்றுமை' என்ற அரசியல் சித்தாந்தத்தோடு நேச நாடுகளின் பேரணியை உருவாக்கி அது சிதைந்து

விடாமல் இறுதிவரை நின்ற இட்லரை வீழ்த்திய அவரது அரசியல் வரலாற்றில் எக்காலத்தும் இடம்பெறத் தக்கதே.

சோவியத் ரஷ்யாவுடன் சமரசம் தேவை எனவும் அதனை தாம் மட்டுமே செயல்படுத்த முடியும் என்பதை நிருபித்தார். அது அவரது முதுமை அரசியலிலும் அழுத்தமான செயலாக்கத்துடன் செயல்பட்டார் என்பது வரலாற்று ஆசிரியர்கள் உணர்வார்கள். எனவேதான் 'சிக்கல்கள் இல்லையென்றால் சர்ச்சில் இல்லை' என்று ஒரு அரசியல் மொழியும் அக்காலத்தில் இருந்தது.

பிரிட்டனில் அவர் அரசியலில் காலடி வைத்த நாள் வரை பெண் களுக்கு வாக்குரிமை வழங்கப்படாமல் இருந்தது. பெண்கள் வாக்குரிமையை அவர் உற்சாகமாக வரவேற்றதோடு அதற்கு எதிரான போராட்டம் உச்சக் கட்டத்தை அடைந்த போதும் அதனை தடுத்தாட் கொண்டு அவர்களுக்கான உரிமையைப் பெற்றுத் தந்தார்.

சர்ச்சிலிடம் தீவிர உணர்ச்சிகளுக்கும், உணர்வுகளுக்கும், தாராள கொடைகளுக்கும் குறைவிருக்கவில்லை.

குறிப்பாக இரண்டாம் உலக யுத்தம் முடிந்ததும் போர் வீரர்கள் தாயகம் திரும்புவதில் சீரிய அக்கறைக் காட்டினர். அவர்களின் வாழ் வியலின், வாழ்வாதாரத்துக்கு என்னென்ன செய்ய முடியுமோ அத்தனை யும் செய்தார். அதே சமயம் போர்க்காலத்தில் பொருள் சேர்த்து கொள்ளை அடித்தவர்கள் மீது வரி சுமத்தினர்.

சர்ச்சில் அசாதாரணமான துணிச்சலின் வடிவம் எனலாம். ஒரு பிரச்சனையின் எதிர்வினைகளை சந்திப்பதை விட அதனை வென்று சாதிப்பதில் துணிச்சலுடன் ஈடுபட்டவர். எதிர்ப்புகளை கண்டால் உணர்ச்சிப் வசப்பட்டாலும் அதனை உணர்ந்து செயலாக்கி அதனை நோக்கி பயணப்படுவார்.

ஆவேசமுடன் போராடினாலும், நல்லெண்ணமும் நகைச்சுவை மிளிர விட்டுக் கொடுக்காமல் வாதாடுவதுடன் அவரை எதிர் நோக்கு பவர்களும், அவ்விதமே பதில் கொடுக்க விருப்பம் கொள்வார். அவர் காட்டும் கோபங்களை உடனே மறந்து விட வேண்டும் என எதிர் பார்ப்பார். 'ஏதோ கோபத்தில் சொல்கிறேன். அதை ஏன் மனத்தில் தேக்கி வைத்து அல்லல்படுகிறீர்கள்' என்பார்.

இந்தியச் சிக்கலை தமது செயலில் நல்லதொரு வாய்ப்பாக பயன்படுத்திக் கொண்டார். அவரது எண்ணம், இந்திய மக்களுக்கு படிப்படியாக சலுகைகள் தந்து டொமினியன் அந்தஸ்து வழங்க வேண்டுமென்று விரும்பினார்.

மகாத்மா காந்தியின் தலைமையில் வன்முறையற்ற அறப்போரைத் தொடங்கியபோது, இந்தச் சவாலை எதிர்க்கத் துணிந்தார். இதற்குக் காரணம் தாம் இளமையில் கண்ட இந்தியாவை, இந்திய சுதேசிய மன்னர் களின் வீர உணர்ச்சிகளை போற்றிப் புகழ்ந்தார். இந்திய விவகாரம் அவருடைய சிந்தனையை சுற்றியே வட்டமிட்டது.

இந்நிலையில் அரசியல் வல்லுநராக கருதப்பட்ட சர்ச்சிலோ இந்திய சுதேச மன்னர்களிடம் கொண்ட பற்றை விடாமல் இருந்ததோடு இந்தியாவுக்கு சுதந்திரம் வழங்குவதை விரும்பவில்லை.

ஆயினும் பிரிட்டிஷ் மக்கள் அப்போது மன்னர் ஆட்சியை விரும்ப வில்லை என்பது குறிப்பிடத்தக்கது.

‘வின்செண்ட் சர்ச்சில் வாழ்வியலை அரசியலைக் கை கொண்டாலும் அதில் சிறந்த தேர்ச்சியும் பெற்றவர்’ என பீவிர் பருக் கூறுகின்றார்.

◆

பேச்சும் - எழுத்தும்

சர்ச்சில் குடியேற்ற அமைச்சகத்தில் பொறுப்பேற்றிருந்த போது தாம் வெறும் பேச்சாளர் மட்டும் அல்ல. எழுத்தும் தாம் இன்றியமையாத ஆயுதமாக பயன்படுத்தினார்.

அழகான சொற்களை அள்ளி வீசுவது அவரது பண்புகளின் உயிரோட்டம் எனலாம். தாம் நினைத்ததை பேசி விட எண்ணாமல் இலக்கியச் சுவையுடன் தம் உரைகளை உருவாக்குவதில் தனி கவனம் செலுத்தினார்.

அவர் காடன்ஸ் அவையில் உரையாற்றியபோது அவருக்கு முப்பது வயது கூட ஆகவில்லை. அந்த உரை ஆறு வாரங்கள் தயாரித்து, அது பரபரப்பூட்டும் சொற்பொழிவாக அமைந்தது.

கிரேக்கர்களின் சொற்களை கையாளுவதில் வல்லவர். அவரைக் கவர்ந்த கருத்துகளுக்கு இசைப் புலவர்கள் இசையினை கோர்ப்பது போல் சொல் வடிவம் தீட்டுவதில் வல்லவர்.

அதே போன்று அவருடைய எழுத்துகள் ஓவியங்களைப் போன்று கண்ணைப் பறிக்கும் வண்ணங்களுடன் எழுத்துரு உருவாகும். மற்றவர்களுடன் வாதிடுவதைத் தவிர்த்து தனது கருத்து மற்றவர்கள் ஏற்றுக் கொள்ளுமாறு விளக்குவதே அவர்தம் வேலையாகக் கொண்டார்.

சர்ச்சிலின் சொல்லாயுதம் வண்மை கொண்டது. அதனைக் கொண்டு அவர் ஒருவரை புகழவும் செய்யலாம். வசைமாரிகளைப் பொழியவும் செய்யலாம். அவருடைய வசைப் பேச்சுக்களில் நகைச்சுவை, இகழ்ச்சித் தொனியும் மிளிரும்.

வரலாற்றாசிரியனாக...

வரலாறு என்பது புனையப்படுவதல்ல; உள்ளது உள்ளபடி எழுதுவதே வரலாறு. அப்படியே உள்ளது உள்ளபடி கடந்த கால வரலாறுகளைப் பதிவு செய்தவர் வின்செண்ட் சர்ச்சில். அதன்படியே வரலாற்றைப் படைத்தவர் என்றே சொல்ல வேண்டும்.

ரசிகர் உள்வாங்கிய ராகம் மீண்டும் மீண்டும் காதுகளில் ஒலிப்பது போல், சர்ச்சிலின் நூல்கள், பேச்சுக்கள் பழமை, மரபுரிமை, உணர்வுகள் இடைவிடாது அவரது வாசகர்கள் பயின்றனர்.

சர்ச்சிலின் முதல் படைப்பான, 'த ஸ்டோரி ஆஃப் த மலகந்த் பீல்டு போர்ஸ்' என்ற நூலில் பிரிட்டிஷ் மக்களின் வீர வரலாற்றினை 1897-ல், பிரிட்டிஷ் மக்கள் மனித குலத்தை மகிழ்வுக்கும், அறிவுக்கும், உரிமைகளுக்கும் தம்மைச் சிறந்த பங்கை வெளிச்சமிட்டுக் காட்டும் நூல் எனலாம்.

நாற்பதாண்டுகளுக்கும் பின் சர்ச்சில் 'மால்ப்ஃரோ - ஹிஸ் லைப் அண்டு டைம்ஸ்' (Mal Borough – His Life and Time) எனும் இதே கருத்தை இன்னும் பக்குவமாக எடுத்துரைக்கிறார்.

சர்ச்சில் தாம் கண்டவை, கேட்டவை, படித்தவைத் தவிர புகழ் பெற்ற வரலாற்று ஆசிரியர்களை கிரீன், டிரெவெல்லியன், ஆர்த்தர் பிரையன் ஆகியோரின் படைப்புகளின் அடிப்படையில் உயர்குடி மக்களின் வாழ்வியலைப் புணைந்த இந்தக் கதையை, இடைநிலையினரும் கற்றறிந்த தொழிலாளர்களும் காலப்போக்கில் ஏற்றுக் கொண்டனர்.

சர்ச்சிலுக்கு வரலாறு என்பது ஓவியக் கலையைப் போல ஒரு பொழுதுபோக்காகவோ அல்லது பொருளீட்டும் காகிதப் பொருளாக இருக்கவில்லை. அவரது பற்றுறுதியின் இதயமே வரலாறுதான். அவரது அரசியலின் மூல வேறே வரலாறுதான்.

இரண்டாம் உலகப்போர் தொடக்கக் காலத்தில் இட்லரை ஆங்கில இலக்கிய வரலாறைப் படிக்கும்படி கேட்டுக் கொண்டாராம். அவர், பழம்பெரும் காலம் கடந்த நூற்றாண்டில் சிறந்திருந்தது என்பதை உள்ளத்தில் ஊடுருவி அந்த மனநோக்கின்படி வரலாற்று நூல்களைப் படைத்தார். இதன் விளைவாகச் சர்ச்சில் வரலாற்று நூல்களை ஒன்றன் பின் ஒன்றாக படைத்தபோது இறுதிவரை அதில் வெற்றியே பெற்றார்.

சர்ச்சில் படைத்த உயர்ந்த படைப்புகளில் ஒன்றாகிய 'த கிரேட் கான்டெம்பரரிஸ்' (The Great Contemporaries) என்ற நூல் அவரது தந்தையின் வாழ்க்கை வரலாறுதான். அவர் மீது அவர் கொண்டிருந்த ஆழ்ந்த பற்றும் அவரது வீழ்ச்சியும் எவ்வளவு தூரம் அவரைப் பாதித்தன என்பதை அறியலாம்.

சர்ச்சில் விரும்பியது வரலாறு. வன்மையான உறுதியான உள்ளங் கவரும் இலக்கிய வளம் கொண்ட வரலாறு. இத்தகைய வரலாற்றை அவர் கிப்பனிடமும் மெக்கலேவிடமும் அவர் படைத்த படைப்புகளில் இந்த இருவரின் முத்திரையைக் காணலாம்.

சர்ச்சில் எழுத்தில் யானை பலம் கொண்டிருந்தார். ஊண் உறக்க மின்றி, உற்சாகக் குறைவின்றி, பல்லாயிரக்கணக்கான சொற்களைக் கொண்டு வரலாற்றினைப் படைத்தார். அவரின் படைப்புகள் யாவும் மிகவும் நீளமானவை.

எண்ணிறந்த ஆற்றல்களைக் கொண்டிருந்த சர்ச்சிலிடம் சில குறைபாடுகளும் இருந்தன.

ப்ராடையும், மார்க்சையும் படிக்கவில்லை. தத்துவ மேதைகள் பொருளாதார நிபுணர்கள், சமூக விஞ்ஞானிகள் ஆகியோரின் நூல்கள் அவருக்கு அறிவுப்பசியைத் தூண்டவில்லை.

சர்ச்சிலின் சிந்தையில் முகிழ்ந்தவர்கள் விவிலியம், ஷேக்ஸ்பியர், மில்டன், ஸ்காட், டிக்கன்ஸ், ட்ரோலோப், ருட்யார்ட், இப்லிஸ் போன்றோர் வழங்கிய படைப்புகளே.

சர்ச்சில் படைத்த வரலாற்று நூல்களை இருவகையாகப் பிரிக்கலாம். ஒன்று வர்த்தக ரீதியாக அமைந்த வரலாறுகளும், சமகாலத்தில் நிகழ்ச்சிகள் பற்றிய வரலாறு ஆகும்.

இரண்டாவது வகையான வரலாற்றில் சர்ச்சிலின் நேரிடை பங்கு உண்டு. அவை சுயசரிதையை ஒத்த 'த ஸ்டோரி ஆப் மலக்காந்த் பீல்டு போர்ஸ்', பல தொகுதிகள் கொண்ட 'த இஸ்டரி ஆஃப் த செகண்டு வேல்டு வார்' ஆகிய நூல்கள் அவரது சமகாலத்திய வரலாற்றினை சுவை பட அரசியல் வல்லுநர் என்ற சமகாலத்தைப் படைத்து, அதில் அவரது குணவியல்பினையும் பதிவு செய்கிறார்.

'த ஹிஸ்டரி ஆப் த இங்கிலீஷ் ஸ்பீக்கர்ஸ் பீ பில்ஸ்' என்ற நான்கு தொகுதிகள் கொண்ட வரலாற்று நூல் வர்த்தக ரீதியில் வெற்றி பெரும் என்று எதிர்பார்த்தாலும் 1956-களில் அதன் வெற்றி அவர் எதிர்பார்த்தது போல் பாராட்டப்படவில்லை.

அவரது தந்தையாரைப் பற்றிய வரலாற்று நூலே அவருக்குப் புகழைப் பெற்றுத் தந்தன.

'மால் பரோ கோமகன் ஜான்' என்ற தனது முன்னோர்கள் வரலாற்றுப் பதிவு மெக்கலே களங்கப்படுத்திய மால்பரோவின் உருவத்தை மெருகிட்டு மீண்டு மிளிரச் செய்வதே ஆகும்.

மால்பரோ வரலாற்றை எழுதுவதில் சர்ச்சிலுக்குப் பல அனுகூலங்கள் இருந்தன. அவற்றில் சிலவற்றைப் பயன்படுத்தியதுபோல் சிலவற்றைப் புறக்கணித்தார். அதேசமயம் அவர் வரலாற்றை பிரம்மாண்டமாக எழுதியிருந்தார்.

மால்பரோவின் வரலாற்றின் சிறந்த பகுதி போர்களைப் பற்றிய வர்ணனைகளாகும். பதினான்காம் லூயிஸ் மன்னரின் நட்பைப் பெற்ற மால்பரோ செய்த அரசியல் சூதாட்டச் சூழ்ச்சிகளும் திறமையாகக் கையாளப்பட்டிருக்கும்.

மால்பரோ வரலாற்றின் அமைப்பு சிறப்பாக இருக்கிறது. சிக்கலான அரசியல் அமைப்பும் வன்மையான கட்சிப் போராட்டங்களும் பின்னணியில் சிறப்பாக அமைந்திருக்கும்.

மால்பரோ வாழ்க்கை வரலாற்று நூல் என்ற வகையில் வெற்றிப் படைப்பா என்றால் விமர்சகர் சிலர் 'இல்லை' என்றே சொல்கின்றனர்.

மால்பரோவைப் பற்றியும் அவரின் மனைவியைப் பற்றியும் வர்ணிப்பு வழிவந்த பக்தி மேலோங்கி நிற்கிறது. அவரின் புகழையும், பொருளையும், மனைவியையும் காதலித்தார். அவர் தம் மரபு வழியில் செல்வத்தைக் குவித்தார்கள். சூழ்ச்சிகள் பல செய்தனர். சந்தேகத்துக் குரிய வழியில் பொருள் ஈட்டினர். இவற்றின் கீழ்மைகளை சர்ச்சில் சுட்டிக் காட்டவில்லை. அவர்கள் பொருளீட்டுவதை விரும்பினார்.

இங்கிலாந்தில் வாழ்ந்த கோமான்களில் மால்பரோ எளியவர் என்று வெகு சாதூர்யமாய் கடந்து சென்று விடுகிறார். அவர் இங்கிலாந்து வங்கிகளிலும், கம்பெனிகளிலும், பிற வர்த்தக நிறுவனங்களிலும் பணம் முதலீடு செய்திருக்கின்றன என்பது குறிப்பிடத்தக்கது.

மால்பரோவை அதே நிலையில் சீலமும், ஆற்றலும் நிறைந்து மனிதருள் அச்சமும், பகையுமில்லாத எடுத்துக்காட்டாக சித்தரிக்கிறார்.

இந்நூலின் பெருங்குறை, இங்கிலாந்தின் மரபு வழியான நம்பிக்கை யிலிருந்து விடுபட முடியாமல், வரலாற்றுடன் பின்னிப் பிணைந்து அதனைத் திரித்துவிடக் கூடிய பழமையுணர்வுடன் சர்ச்சிலின் எழுத்துக் களில் மேலோங்கி இருப்பதாக விமர்சிக்கின்றனர்.

சர்ச்சிலின் 'ஹிஸ்டரி ஆப் த இங்கிலீஷ் ஸ்பீக்கிங் பீபல்ஸ்' என்ற நூலின் மேற்கண்ட விமர்சனத்தில் இன்னும் தூக்கலாகவே இருப்பதாகக் கூறுகின்றனர்.

சர்ச்சிலின் நூல்களை ஃப்ரூப் பார்த்து திருத்தும் பெரான் பிரபு, "சர்ச்சில் சொற்களை சுவைபட கூறுவது, அங்கும் இங்கும் சொற்களை மாற்றி அமைப்பது, சொற்களில் அமைப்பு முறையைத் தலைகீழாக்குவது, அவற்றை உடைத்துக் கூர்மையாக்குவது, எழுத்துக்கலையின் படைப் பாற்றலை சுவைப்பது ஆகியவற்றில் உள்ளம் திளைத்தார். 19-20ஆம் நூற்றாண்டின் தொடக்கமாகிய ஆய்வின் தோற்றம்போல் இருந்தது" என்றும் கூறுகிறார்.

அதே சமயம் சர்ச்சிலின் அரசியல் வல்லமையும், சூழ்ச்சித் திறமையும் தொழிலாளர் வர்க்கத்துடனும், இந்தியாவுடனும், குடியரசுடனும் அவர் கொண்டிருந்த தொடர்புகளையும் சரியாக கண்டுணர இந்நூலைப் படிப்பது அவசியம்.

ஆங்கிலம் கூறும் நல்லுலகத்தினர் சிறப்புகளை, அவர்களின் இலக்கியம், விஞ்ஞானம், தத்துவம், தொழில்நுட்பம் ஆகியவற்றை சர்ச்சிலின் படைப்புகளில் காண்பது அரிதே.

ஷேக்ஸ்பியர், ஹாப்ஸ், லாக், நியூட்டன், பாய்ஸ், டேவி, பாரடே, மாக்ஸ்வெல், ரூதர்ஃபோர்டு ஆகிய ஆங்கில இலக்கிய முன்னோர்களைப் பற்றி அவர் ஒரு வார்த்தை எழுதினாரில்லை என்பது குறிப்பிடத்தக்கது.

சர்ச்சில் எழுதிய முறையான வரலாற்றின் ஒரு பகுதியே, 'த ஸ்டோரி ஆப் த மல்க்கந்த் பீல்டு போர்ஸ்', 'தி ரிவர் வார்' அக்காலத்தில் ஏற்பட்ட சிறு போர்களிலிருந்து இரண்டாம் யுத்தக் கள நிகழ்ச்சிகள் அவரது இளமைப் பருவ தீர சாகசங்கள், உடன் வீரர்களின் வரலாற்றுப் பின்னணியை விவரிப்பன ஆகும்.

மற்றொரு நூலாக பல்லோராலும் பாராட்டப் பெற்ற 'தி கிரேட் காண்டம்பரரிஸ்' இரண்டாம் உலக யுத்தத்தின் அவரது போராட்டக் களமும் அவரது நண்பர்களின் மதிப்பீடுகள், வீரச்செயல்கள் அவரது படைப்பு ஆளுமை வெளிப்படும். இந்நூல் வெளிவந்தபோது இளவரசரே அவரைப் பாராட்டினார். அதே நேரத்தில் தனது படைப் பணியை விடவில்லை. அவரது பசித்த பேனாவை பட்டினிப் போடவும் விரும்ப வில்லை.

சர்ச்சிலின் போர்த்திறனைப் பாராட்டி சூடானில் இக்கிளர்ச்சிப் படையில் பதவி உயர்வு கிடைத்தது. இதன் எதிரொலியே தி ரிவர் வார் என்ற படைப்பு. இதன் மூலம் ஒரு எழுத்தாளருக்குரிய தகுதியைப் பெற்றார் என்பதை உறுதி செய்கிறது இந்நூல்.

அப்போது அந்தப் படையிலிருந்து விலகியதற்கு 'த மார்னிங் போர்ஸ்' இந்நூலின் வெற்றியும் வருமானமும் காரணமாய் அமைந்தன.

இந்நூலில் அவர் இங்கிலாந்தின் மீது கொண்ட ஈடுபாடு, கார்டனின் தோல்வி, ஓம்தூர் மான் நிகழ்ச்சி யாவும் பதிவு செய்யப்பட்டது. மேலும், போர்த் தந்திரங்கள், த ரேய்ன் போர் முறைகள், படைகளின் முன்னேற்றம், வெடிமருந்தின் பயன்பாடு யாவும் கதைக்கு விறுவிறுப்பைத் தந்தன.

சர்ச்சிலின் எழுத்தார்வத்தையும், படைப்புத் திறனையும் தாங்கி வந்த இந்நூல் இலக்கிய வரலாற்றில் சிறப்பினைத் தந்தது. இது வெளிவந்த காலத்திலேயே ஆப்பிரிக்காவில் போர் மேகங்கள் சூழ்ந்தன. நிருபராக அதில் களம் புகுந்தார். அதன் விளைவு இரு நூல்கள் பிறந்தன.

'ஃபிரம் லண்டன் டு லேடி ஸ்மித்' (From London to Layd Smith), 'ஈயான் ஆமில்டன்ஸ் மார்ச்' (Ian Hamiltons March) என்ற நூலினைத் தொடராக 'மார்னிங் போஸ்ட்' இதழில் வெளிவந்தன.

இந்த படைப்புக்கும் வெளிவந்த காலத்தில் இவ்விதழ் 14,000, 8000 இதழ்கள் விற்பனை ஆயன. இதில் அவரது கதைத்திறன், ஆய்வு, நடை யழகு ஆகியவை வாசகர்களால் வரவேற்கப் பெற்றன.

சர்ச்சிலின் இரண்டாம் உலக யுத்தத்தின் வரலாற்றினை அறிய மேலும் 'த வேர்ல்டு கிரைசிஸ்' (The World Crisis), 'த அன்னோன் வார்' (The Unknown War), 'த ஆஃப்டர் த மாத்' (The after Moth) முதலிய நூல்கள் ஆறு தொகுதிகளாக வந்து இரண்டாம் உலக யுத்தக் காலத்தினை படம் பிடித்துக் காட்டியது.

'த வேர்ல்டு கிரைசஸ்' - போர்க்களங்களின் வர்ணனைகள், ருஷ்யப் புரட்சியில் ஜார் மன்னர்கள் முடிதுறப்பு பற்றிய பகுதி போன்றவையும், 'தி கிரேட் காண்டம்பரரீஸ்'-ல் தம்முடன் பாராளுமன்றத்தில் இருந்தவர் களைப் பற்றி எழுதும்போது சர்ச்சிலின் நுண்ணறிவைக் காண முடிகிறது.

அதேவேளையில் அவருக்குப் பிடிக்காத லெனின், பெர்னாட்ஷா போன்றவர்களைப் பற்றி எழுதும்போது உள்நோக்கமும், கற்பனைத் திறனும் குறைந்து வெறுப்புணர்ச்சியே கொண்டிருப்பதைக் காணலாம். ஆயினும், மேலே கண்ட இரு நூல்களும் அக்காலத்தின் கண்ணாடி என்றே சொல்ல வேண்டும்.

சர்ச்சில் இரண்டாம் உலகத்தைப் பற்றி பதிலிடுகையில், ஏறத்தாழ ஓராயிரம் ஆண்டுகள் ஆகிய ஐரோப்பிய படைகளின் வரலாறு, ஜெர்மனி யில் இட்லர் மட்டுமல்லாமல் மகா ஃபிரடெரிக் ருஷ்யாவின் ஸ்டாலின், மகாபீட்டர், பெட்டெய்னின் ப்ரான்ஸ், பதினான்காம் லூயிஸ், நெப்போலியன் கால வரலாற்றையும் பிரான்ஸ் வீழ்ச்சியும் ருஷ்யா,

ஜெர்மன் ஆகிய நாடுகளின் எழுச்சியும் நேச நாடுகளின் கூட்டணியை உருவாக்கப் பின்னணி அமைந்தது எனலாம்.

சர்ச்சிலின் இந்த வரலாற்று நூல்கள் அவர் தாய் மக்களுடன் உரையாடி வரலாறு படைத்ததாகும்.

வரலாறு அவர்தம் பேச்சையும், எழுத்தையும், செயலையும் ஊக்கியது பேருண்மையே. சர்ச்சில் தாம் நம்பிய கொள்கையின் மூலம் வரலாறே.

✺

சொல்லோவியம்

* நம்பிக்கைவாதி ஒவ்வொரு சிக்கலிலும் ஒரு வழியை கண்டு பிடிப்பான். அவநம்பிக்கைவாதி ஒவ்வொரு வழியிலும் ஒரு சிக்கலை கண்டுபிடிப்பான்.

* நல்ல அமைதியை உருவாக்குபவர்களால் போரில் வெல்ல முடியாது. போரை வெல்பவர்கள் நல்ல அமைதியை உருவாக்க முடியாது.

* கடலில் போரிடுவோம்; விண்ணில் போரிடுவோம்; மலைகளிலும் போரிடுவோம்; தெருக்களிலும் போரிடுவோம்; சந்துக்கு சந்து; வீட்டுக்கு வீடு போரிடுவோம்; ஆனால் ஒரு போதும் சரணாகதி அடைய மாட்டோம்.

* மலேசிய தோட்டத்தில் இரப்பர் பால் உறிஞ்சும் தமிழர்களின் ரத்தம் நேதாஜியின் மூளையில் கட்டியாக உறைந்து உள்ளது.

* எப்போதும் விட்டுக் கொடுக்காதீர்.

* பட்டங்கள் காற்றை எதிர்த்தே எழுகின்றன. காற்றுடன் இணைந்து எழுவதில்லை.

* மேன்மையின் விலை கடமையாகும்.

* நான் குறுக்கீடும்போது என்னை குறுக்கிடாதீர்கள்.

* வெற்றி என்பது இறுதியானது அல்ல, தோல்வி என்பது மரணத்துக் குரியதல்ல. அதுவே வெற்றிகளின் எண்ணிக்கையை அதிகரிப்பதற் கான ஊக்குவிப்பாகும்.

* உங்களுக்கு எதிரிகள் இருக்கின்றார்களா? நல்லது. அப்படியானால் நீங்கள் எப்போதாவது உங்கள் வாழ்க்கையில் ஏதோ ஒன்றுக்கெதி ராகக் கிளர்ந்தெழுகின்றீர்கள்.

- முயற்சியே உங்களை எழுந்து நின்று பேசச் செய்யும். அதுவே உங்களை உட்கார்ந்து செவி மடுக்கவும் செய்யும்.
- நீங்கள் நகரத்தின் வழியாக போகிறீர்கள் என்றால், போய்க் கொண்டே இருங்கள்.
- இலக்கு என்பது பெரிய மாற்றத்தை ஏற்படுத்தும் சிறிய பொருள்.
- எப்பொழுதும் அவசரம் அதிகமானால் வேகம் குறையும்.

இந்தியா இந்தியர்களைப் பற்றி....

- இந்தியா விரைவாகப் பல நூற்றாண்டுகளுக்கு முற்பட்ட காட்டு மிராண்டித்தனத்துக்குச் சென்று விடும்.
- இந்தியாவில் மதம் - சாதி - கடவுள் நம்பிக்கை - பிடிமானம் அவர்களின் வளர்ச்சியில் தேக்க நிலையை உண்டாக்கும்.

✸

20

சர்ச்சில் வாழ்வியல் பயணம்

பிறந்த தேதி : 30 நவம்பர் 1874

பிறந்த இடம் : ஐக்கிய ராஜ்யம்

தந்தையார்/தாயார் : லார்ட் ராண்ட்லாப் சர்ச்சில் - ஜென்னி ஜெரோம் அமெரிக்க மாது

1888-93 ஹாரோ பள்ளியில் படிப்பு

1870-80 டோலி அரசியலில் பங்கேற்பு

பள்ளிப்பருவம் : ஹாரோப்ரேப் பள்ளி

1893-94 ராயல் மிலிட்டரி அகடமி சாண்ட் ஹாஸ்டிங் - பள்ளித் தொடர்ச்சி

1895 பாட்டன் ராண்ட்லாஃப் சர்ச்சில் மரணம்; கியூபாவில் போர்கள நிருபராகப் பயணம்

1896 இந்தியப் பயணம், போயர் யுத்தத்தில் நிருபராக

1897 மாலக்கண்ட் படைப்பிரிவில் பஞ்சாப்பில் பணி

1899 போயர் யுத்தத்தில் எதிரிகளின் பிடிக்கப்பட்டு தப்பித்தல்

1900 தாய்நாடு திரும்புதல் - ராணுவப் பணியிலிருந்து விலகல். 26 வயதில் ஐந்து நூல்கள் வெளியிடல்

1901 ஹுசர், டெரிடோரியல் இராணுவத்தில் இணைதல்

1904 மே 31-ல் கன்சர்வேட்டிவ் கட்சியில் இணைதல்

1907 ப்ரிவ்யூ கவுன்சில் உறுப்பினர்

கன்சர்வேட்டிவ் அவுஸ் ஆப் காமன்ஸ் நிறுவனத்தில் சேர்தல்; தொழிலாளர் நலன்களுக்காகப் போராட அக்கட்சியினர் அவரை புறக்கணித்தல்

1908 செப்டம்பர் 12-ல் திருமணம்

1911 கிரேட் பிரிட்டனை போருக்கு தயாரிக்கத் தொடங்குதல் விமான சேவை, பிரிட்டிஷ் கடற்படையை நவீனப்படுத்துதல்

1915 துருக்கியில் கல்லி போலி தீபகற்பத்தில் படையெடுப்பு

1916 டெரிடோரியல் ரிசர்வ் அதிகாரியாக பதவி உயர்வு

1920-30 அரசாங்க வேலையிலிருந்து அரசவையில் இடம் பெறல்

1924 கன்சர்வேட்டிவ் கட்சியில் மீண்டும் இணைதல்

1931 அமெரிக்காவுக்கு சொற்பொழிவுப் பயணம்

1940-45 பிரதமராக பொருளாதாரம் - ராணுவ மந்திரியாக பதவி

1946 5 மார்ச், இருப்புத்திரை சொற்பொழிவு, மிசோரி

1951-55 பிரதமர் முதல் கருவுலம் பொறுப்பு

1953 நோபல் பரிசு

1965 ஜனவரி 24-ல் மரணம்

லண்டன் பாராளுமன்றத்தில்

1899	கன்சர்வேட்டிவ் கட்சியில் இணைதல்
1900-04	ஓல்டுஹோம் தொகுதியில எம்.பி. கன்சர்வேட்டிவ் கட்சி
1904-06	ஓல்தம் - லிபரல்பார்ட்டி எம்.பி.
1906-08	மான்செஸ்டர், லிப்ரல் எம்.பி.
1908-22	லிப்ரல் பார்ட்டியின் எம்.பி.
1924-45	கன்சர்வேட்டிவ் எம்.பி.
1945-64	கன்சர்வேட்டிவ் எம்.பி.

பதவிப் பொறுப்புகள்

ஏப்ரல் *1905-08*	காலனி நாடுகளின் துணைச் செயலாளர்
ஏப்ரல் *1908* - பிப் *1940*	வர்த்தகப் பிரிவு தலைவர்
பிப் *1910*- அக் *1911*	பாதுகாப்புத் துறை
அக் *1911* - மே *1915*	நிர்வாகத் துறை
மே *1915* - நவ *1915*	டச்சு லான்கான் பல்கலைத் தலைவர்
ஜுலை *1917* - ஜன *1919*	கப்பற்படைத் தளபதி
ஜுலை *1919* - பிப் *1921*	உள்நாட்டு யுத்தம் - பாதுகாப்பு செயல்
பிப் *1921* - அக் *1922*	காலனி நாடுகளின் செயலாளர்
நவ *1924* - ஜன *1929*	பல்கலை கருவூலப் பொறுப்பு
செப் *1939* - மே *1940*	மன்னரின் நிர்வாக பதவி
மே *1940* - ஜுன் *1945*	பிரதமராக - பொருளாதார - பாதுகாப்புத் துறை
ஜுலை *1945* - அக் *1951*	எதிர்க்கட்சித் தலைவர்
அக் *1951* - ஏப் *1955*	மீண்டும் பிரதமராக

அரசு விருது பட்டயங்கள்

The Right Honourable

Sir

Winston Churchill

KG OM CH TD DL FRS RA

The Roaring Lion, a portrait by Yousuf Karsh at the Canadian Parliament, December 1941

Prime Minister of the United Kingdom

In office
26 October 1951 – 5 April 1955

Monarch	George VI
	Elizabeth II
Deputy	Anthony Eden
Preceded by	Clement Attlee
Succeeded by	Anthony Eden

In office
10 May 1940 – 26 July 1945

Monarch	George VI
Deputy	Clement Attlee (1942–1945)
Preceded by	Neville Chamberlain
Succeeded by	Clement Attlee

show
Senior positions

show
Ministerial offices
1939–1952

show

Ministerial offices 1908–1929	
show Parliamentary offices	
Personal details	
Born	Winston Leonard Spencer Churchill
	30 November 1874
	Blenheim, Oxfordshire, England
Died	24 January 1965 (aged 90)
	Kensington, London, England
Resting place	St Martin's Church, Bladon, Oxfordshire, England
Political party	Conservative
	(1900–1904; 1924–1964)
Other political affiliations	Liberal (1904–1924)
Spouse(s)	Clementine Hozier
	(m. 1908)
Children	Diana
	Randolph
	Sarah
	Marigold
	Mary
Parents	Lord Randolph Churchill
	Jennie Jerome
Education	Harrow School
	RMC Sandhurst
Civilian awards	See list

Signature	*Churchill* (signature)
Military service	
Branch/service	British Army
	Territorial Army (from 1902)
Years of service	1893–1924
Rank	See list
Unit	• 4th Queen's Own Hussars
	• Malakand Field Force
	• 21st Lancers
	• South African Light Horse
	• Queen's Own Oxfordshire Hussars
	• Grenadier Guards
	• Royal Scots Fusiliers
Commands	6th bn, Royal Scots Fusiliers
Battles/wars	North-West Frontier
	Mahdist War
	Second Boer War (POW)
	First World War
Military awards	See list

This article is part of a series about
Winston Churchill

- Liberal Party
- Conservative Party
- Electoral history
- MP for Dundee
- MP for Epping
- MP for Woodford

Liberal Government

- Tonypandy riots

- Siege of Sidney Street
- National Insurance Act 1911
  - Gallipoli campaign
  - Russian Civil War
- Irish War of Independence
  - Anglo-Irish Treaty
  - Chanak Crisis

Chancellor of the Exchequer

- 1926 General Strike
- *British Gazette*

Prime Minister of the United Kingdom

First Term

- Cabinet
- British invasion of Iceland
  - Home Guard
  - Dunkirk
- We shall fight on the beaches
  - Atlantic Charter
- Allied invasion of Italy
- Tehran Conference
- Operation Overlord
  - D-Day
- Yalta Conference
  - VE Day
- Caretaker Government
- Potsdam Conference
- 1945 general election

Second Term

- Cabinet
- Mau Mau Uprising
- Malayan Emergency

Books

- *The World Crisis*